മഹാരാഷ്ട്ര കിസാൻ ലോങ് മാർച്ച്

maharastra kisan long march

•

editor
vjiay prasad

•

translation
g vijayakumar, arya jinadevan

•

first edition
may 2018

•

typesetting & published
chintha publishers, thiruvananthapuram

•

cover
deepa

വിതരണം

ദേശാഭിമാനി ബുക്ക് ഹൗസ്

H O തിരുവനന്തപുരം-695 035
phone: 0471-2303026, 6063026
www.chinthapublishers.com
chinthapublishers@gmail.com

ബ്രാഞ്ചുകൾ

ഹെഡ്ഡാഫീസ് ബ്രാഞ്ച് കുന്നുകുഴി • സ്റ്റാച്യു തിരുവനന്തപുരം • കെ എസ് ആർ ടി സി ബസ് സ്റ്റേഷൻ ആലപ്പുഴ • കെ എസ് ആർ ടി സി ബസ് സ്റ്റേഷൻ എറണാകുളം • ഐ ജി റോഡ് കോഴിക്കോട് • മാവൂർ റോഡ് കോഴിക്കോട് • എൻ ജി ഒ യൂണിയൻ ബിൽഡിങ് കണ്ണൂർ • സെൻട്രൽ ബസ് ടെർമിനൽ കോംപ്ലക്സ് താവക്കര കണ്ണൂർ

CO - 2692 / 4668
ISBN - 978-93-87842-40-3

മഹാരാഷ്ട്ര കിസാൻ ലോങ് മാർച്ച്

എഡിറ്റർ:
വിജയ് പ്രസാദ്

പരിഭാഷ:
ജി വിജയകുമാർ
ആര്യ ജിനദേവൻ

ചിന്ത പബ്ലിഷേഴ്സ്
തിരുവനന്തപുരം-695 035

GOODS
AMBULANCE

ഉള്ളടക്കം

പ്രസാധകക്കുറിപ്പ്

കോർപ്പറേറ്റ് നുകത്തിൽ അമർന്നുപോയ സർക്കാരിന് കർഷകന് അനുകൂലമായ എന്തെങ്കിലും നയം ഉണ്ടായിരുന്നെങ്കിൽ അതിൽ നിന്നുപോലും സർക്കാർ പിൻവാങ്ങിക്കഴിഞ്ഞിരിക്കുന്നു. തൻനിമിത്തം ചെറുകിട കൃഷിക്കാരുടെ ഉപജീവനമാർഗ്ഗത്തിൻ മേലുണ്ടായ ആക്രമണം ലോകത്തെ 90 ശതമാനം കൃഷിക്കാരെയും നാശത്തിന്റെ പടുകുഴിയിലേക്കു തള്ളിവീഴ്ത്തിയിരിക്കുകയാണ്.

മനുഷ്യത്വ ശൂന്യമായ മുതലാളിത്ത വ്യവസ്ഥക്കെതിരെ ലോകത്തെ കർഷക ജനസാമാന്യത്തിന്റെ ആഗോളസമരത്തിന്റെ ഭാഗമായി ഇന്ത്യയിലുടനീളം രാജസ്ഥാൻ മുതൽ മഹാരാഷ്ട്ര വരെ കർഷകർ ഉറച്ചു നില്ക്കുകയാണ്. നമ്മുടെ കാലഘട്ടത്തിലെ ഏറെ ആവേശകരമായ കർഷക സമരങ്ങളിൽ ഒന്നിനെ - മഹാരാഷ്ട്ര കിസാൻ ലോങ് മാർച്ച് - ലെഫ്റ്റ് വേഡ് ബുക്സ് രേഖപ്പെടുത്തിയിരിക്കുന്നു. അതിന്റെ തനി മലയാള വിവർത്തനം അഭിമാനപൂർവ്വം ഞങ്ങൾ നിങ്ങൾക്കു നല്കുകയാണ്. ആവേശപൂർവ്വം സ്വീകരിക്കുക, പ്രചരിപ്പിക്കുക.

ചിന്ത പബ്ലിഷേഴ്സ്

ലോങ് മാർച്ച് ആരംഭിക്കുന്നതിന് മുൻപ് നാസിക്കിലെ
സി ബി എസ് ചൗക്കിനു മുമ്പിൽ കർഷകർ ഒത്തുകൂടുന്നു

എഡിറ്ററുടെ കുറിപ്പ്

വിജയ് പ്രസാദ്

നഗരങ്ങളിൽനിന്നും അകലെ, കോർപ്പറേറ്റ് മാധ്യമങ്ങളിൽനിന്നും അത്രയേറെ അകലെ, ഭൂഗോളത്തിലുടനീളമുള്ള കർഷകർ നിലനില്പിനായുള്ള പോരാട്ടത്തിൽ ഏർപ്പെട്ടിരിക്കുകയാണ്. വൻകിട കോർപ്പറേഷനുകൾ വൻ തോതിൽ ഭൂമി തട്ടിയെടുക്കുന്നതും വ്യാവസായികാടിസ്ഥാനത്തിലുള്ള കൃഷിയും കർഷകനനുകൂലമായി എന്തെങ്കിലും നയം ഉണ്ടായിരുന്നെങ്കിൽ അവയിൽനിന്നെല്ലാം ഗവൺമെന്റിന്റെ പിൻവാങ്ങലുംമൂലം ഉണ്ടായ ചെറുകിട കൃഷിക്കാരുടെ ഉപജീവനമാർഗ്ഗത്തിൻമേലുള്ള ആക്രമണവും ലോകത്തെ 90% കൃഷിക്കാരെയും നാശത്തിന്റെ പടുകുഴിയിലേക്ക് തള്ളി വീഴ്ത്തിയിരിക്കുകയാണ്. ഇന്ത്യയിലെ കർഷകരുടെ ആത്മഹത്യകൾ സ്ഥിതിഗതികളുടെ വ്യക്തമായ സൂചനയാണ് – മുതലാളിത്തത്തിന്റെ ദുഷിച്ച വാതകങ്ങൾ അവയെ പുകച്ചു പുറത്തുചാടിക്കുകയാണ്. ഒരാളുടെ ജീവൻ നഷ്ടപ്പെടുകയെന്നാൽ ദുഃഖകരമാണ്. എന്നാൽ ഇവിടെ സാമൂഹികമായ ഒരർത്ഥം കൂടിയുണ്ട്. നിഷ്ഠുരമായ ലോകത്തിനെതിരെ ഇരുളിൽനിന്നുള്ള നിലവിളിയാണിത്.

ലോകത്തിന്റെ നിലനില്പിനാവശ്യമായത് കൃഷിക്കാർ നട്ടുവളർത്തുന്നു; എന്നാൽ ഇപ്പോൾ അവരുടെ സ്വന്തം നിലനില്പ് തന്നെ അപകടത്തിലാണ്. ഈ ഭൂഗോളത്തിൽ മുന്നൂറ് കോടിയോളം ആളുകൾ ഇന്ന് പട്ടിണികൊണ്ട് നരകിക്കുകയാണ്; എന്നാൽ ലോകത്തിലെ ഓരോ ആൾക്കും ആവശ്യമായതിന്റെ 150% മാണ് കർഷകർ ഉല്പാദിപ്പിക്കുന്നത്. – ഇതാണ് അവസ്ഥ. ക്ഷാമമല്ല, ദാരിദ്ര്യമാണ് പട്ടിണി ഉല്പാദിപ്പിക്കുന്നത്. ഭക്ഷ്യസാധനങ്ങൾ ഉല്പാദിപ്പിക്കുന്നതിന് ഏറ്റവും അടുത്തായിട്ടാണ് പട്ടിണിയും അനുഭവപ്പെടുന്നത്.

ഇന്ത്യയാസകലം – രാജസ്ഥാൻ മുതൽ മഹാരാഷ്ട്രവരെ – മനുഷ്യത്വ

രഹിതമായ മുതലാളിത്ത വ്യവസ്ഥയ്ക്കെതിരെ ലോകത്തെ കർഷക ജനസാമാന്യത്തിന്റെ ആഗോള സമരത്തിന്റെ ഭാഗമായി കർഷകർ ഉറച്ചു നില്ക്കുകയാണ്. ലെഫ്റ്റ് വേഡ് ബുക്സിലെ ഞങ്ങൾ അഭിമാനപൂർവ്വമാണ് ഈ കൃതി നിങ്ങൾക്കു മുന്നിൽ അവതരിപ്പിക്കുന്നത്; നമ്മുടെ കാലഘട്ടത്തിലെ ഏറെ ആവേശകരമായ കർഷകസമരങ്ങളിലൊന്നിനെയാണ് ഇവിടെ രേഖപ്പെടുത്തുന്നത് - ജനങ്ങളേക്കാൾ പണത്തിന് പ്രാധാന്യം നല്കുന്ന ഒരു ഗവൺമെന്റിനെതിരെ മഹാരാഷ്ട്രയിലെ കർഷകർ നടത്തിയ പോരാട്ടം. ഞങ്ങൾ പ്രസിദ്ധീകരിക്കാൻ പോകുന്ന ഈ തരത്തിൽ പെട്ട നിരവധി പുസ്തകങ്ങളിൽ ഒന്നാണിത്. വലിയൊരു പോരാട്ടത്തെ സംബന്ധിച്ച ചെറിയൊരു പുസ്തകം.

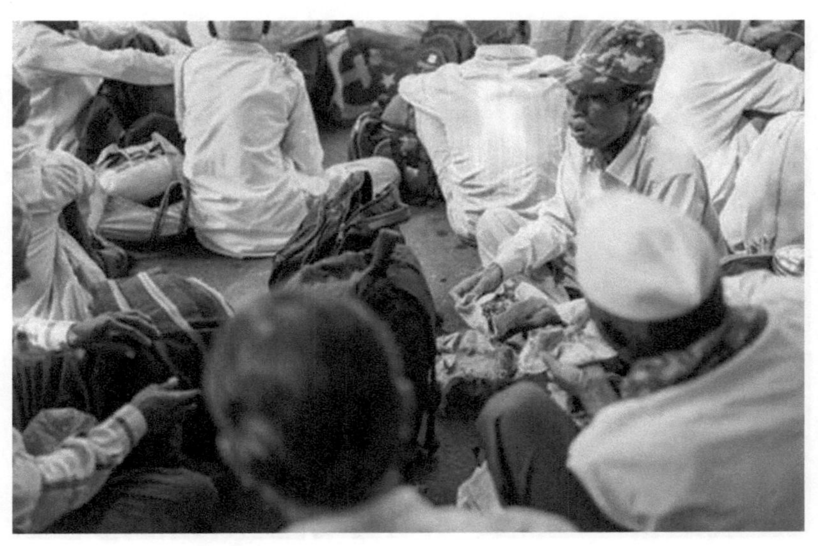

സി ബി എസ് ചൗക്കിൽ മാർച്ചിനുള്ള തയ്യാറെടുപ്പ്

മുംബൈയിലെ ആസാദ് മൈദാനിലേക്കുള്ള രാത്രിയാത്ര

ആമുഖം

പി സായ്നാഥ്

നാല്പതിനായിരം ആളുകൾ 200 കിലോമീറ്ററിലേറെ ദൂരം കാൽനടയായി പിന്നിട്ട ലോങ് മാർച്ചിന്റെ ആശയവും പ്രതിച്ഛായയും ആഴ്ചകൾ പിന്നിട്ടിട്ടും ഇപ്പോഴും മങ്ങാതെ നില്ക്കുകയാണ്. ഈ 200 കിലോമീറ്ററിൽ ഒടുവിലത്തെ 10–15 കിലോമീറ്റർ ഇരുൾ മൂടിയതും നിശ്ശബ്ദവുമായിരുന്നു. (ഇത്തരമൊരു ജനസഞ്ചയത്തിനു സാദ്ധ്യമാകുന്നേടത്തോളം നിശ്ശബ്ദം). ആ കൃഷീവലന്മാരും ഭൂരഹിത കർഷകരും മുംബൈയിലേക്കാണ് നടന്നത് - അത് നഗരവാസികളുടെ ഉള്ളുലച്ചു; അത് അവരുടെ ഓർമ്മയിൽ ശ്വാശ്വതമായി നിലനില്ക്കും. അവർ ആ മഹാനഗരത്തിന്റെ ഹൃദയം കവർന്നു; കൂടുതൽ കരുത്തരായ പ്രതിയോഗികളെ സ്വന്തം സാമർത്ഥ്യത്താൽ കടത്തിവെട്ടി. “കാതില്ലാത്തവർ കേൾക്കട്ടെ, കണ്ണില്ലാത്തവർ കാണട്ടെ” എന്ന രാഷ്ട്രീയ പ്രസ്താവനയാണ് അവർ അവശേഷിപ്പിച്ചത്. ഇതെല്ലാമാകട്ടെ സുതാര്യമായ ആത്മാർത്ഥതയോടെയും.

മഹാരാഷ്ട്രയിലെ ചുരുക്കം ചില പ്രദേശങ്ങളിൽ നിന്നുമുള്ളവരായിരുന്നു ആ മാർച്ചിൽ പങ്കെടുത്തവർ- എന്നാൽ രാജ്യത്തെ ഓരോ കൃഷിക്കാരനും ഓരോ തൊഴിലാളിക്കും വേണ്ടി അവർ സംസാരിച്ചു. പ്രതിഷേധക്കാർ പരമ ദരിദ്രരായ കൃഷിക്കാരും തൊഴിലാളികളുമായിരുന്നു- ആ പ്രതിഷേധം നടന്നതാകട്ടെ ഇന്ത്യയിലെ അതിസമ്പന്നമായ സംസ്ഥാനത്തും. മഹാരാഷ്ട്രയിൽ ധനികരും ദരിദ്രരും തമ്മിലുള്ള അന്തരം സംഘർഷാത്മകമാം വിധം ഭയങ്കരമാണ്. പല ദരിദ്രസംസ്ഥാനങ്ങളിലേതിനേക്കാൾ കൂടുതൽ പട്ടിണിമരണങ്ങളാണ് ഈ സംസ്ഥാനത്ത് നാം കാണുന്നത് . 2016 സെപ്തംബറിൽ മുംബൈ ഹൈക്കോടതി സംസ്ഥാനത്തെ ആദിവാസി മേഖലകളിൽ നടന്ന പതിനേഴായിരം ആളുകളുടെ മരണത്തെക്കുറിച്ച് അന്ധാളിപ്പ് പ്രകടമാക്കി. തൊട്ടു മുമ്പുള്ള പന്ത്രണ്ട്

മാസക്കാലം പോഷക ദാരിദ്ര്യംമൂലമാണ് ഇത്രയേറെ ആദിവാസികൾ മരണപ്പെട്ടത് (ലോങ് മാർച്ചിൽ ഒട്ടനവധി ആദിവാസികൾ പങ്കെടുത്തിരുന്നു).

മറ്റൊരു സംസ്ഥാനത്തും കാണാത്ത അത്ര അധികം കൃഷിക്കാർ തങ്ങളുടെ ജീവൻ സ്വയം ഒടുക്കിയ സംസ്ഥാനവുമാണിത്. 1995 നും 2015 നും ഇടയിൽ, നാഷണൽ ക്രൈം റിക്കാർഡ്സ് ബ്യൂറോയുടെ കണക്കുപ്രകാരം, മഹാരാഷ്ട്രയിൽ 65,000ത്തിനടുത്ത് കൃഷിക്കാർ ആത്മഹത്യ ചെയ്തിരുന്നു. ഇതേ കാലഘട്ടത്തിൽ രാജ്യത്താകെ നടന്ന മൂന്നു ലക്ഷത്തിലധികം മൊത്തം കർഷക ആത്മഹത്യകളുടെ അഞ്ചിലൊന്നിൽ അധികമാണത്. 2015 ൽ സംസ്ഥാനത്ത് ദീർഘകാലമായി അധികാരത്തിലിരുന്ന കോൺഗ്രസ് - എൻ സി പി ഭരണത്തിന്റെ തകർച്ചയിൽ അത് നിശ്ചയമായും നിർണ്ണായകമായ പങ്ക് വഹിച്ചു. ബി ജെ പി ഗവൺമെന്റ് കാര്യങ്ങൾ കൂടുതൽ വഷളാക്കിയെന്നത് സംശയാതീതമാണ്-മുൻ ഗവൺമെന്റിനേക്കാൾ ബി ജെ പി ഗവൺമെന്റ് ആത്മഹത്യ സംബന്ധിച്ച വസ്തുതകൾ മൂടിവയ്ക്കുന്നതിന് കണക്കുകളിൽ കൂടുതൽ തിരിമറി നടത്തി, കന്നുകാലി കശാപ്പുനിയമങ്ങൾ ഭ്രാന്തമായി വ്യാപകമാക്കിയതിന്റെയും നോട്ട് അസാധുവാക്കലിന്റെ കെടുതികളുടെയും ദുരിതങ്ങൾ ഏറ്റവുമധികം ഏറ്റുവാങ്ങിയ സംസ്ഥാനങ്ങളിലൊന്നാണ് മഹാരാഷ്ട്ര എന്ന് ഇപ്പോഴത്തെ ഭരണക്കാർ ഉറപ്പാക്കിയിട്ടുമുണ്ട്.

ഏറ്റവുമധികം കോർപ്പറേറ്റുവൽകൃതമായ മാധ്യമസംസ്കാരത്തിന്റെ നെടും കോട്ടയുമാണ് മുംബൈ. കൃഷിക്കാരുടെ ലോങ് മാർച്ചിന് "മുഖ്യധാരാ"മാധ്യമങ്ങൾ നല്കിയ പ്രാധാന്യത്തെക്കുറിച്ച്, നാസിക്കിൽ അതാരംഭിച്ചപ്പോൾ ഒരൊറ്റ ദേശീയ ദിനപത്രമോ നെറ്റ് വർക്കോ ഒരു പ്രതിനിധിയെപ്പോലും അയച്ചിരുന്നില്ല എന്ന വസ്തുതയിൽ തന്നെ നമുക്ക് കാണാവുന്നതാണ്. പീപ്പിൾസ് ആർക്കൈവ് ഓഫ് റൂറൽ ഇന്ത്യ (PARI - ഗ്രാമീണ ഇന്ത്യയുടെ ജനകീയഗ്രന്ഥപ്പുര) എം എൻ പാർത്ഥന്റെ മാർച്ചിനെ സംബന്ധിച്ച റിപ്പോർട്ടുകൾ അതാരംഭിച്ചതിന്റെ അടുത്ത ദിവസം മുതൽ തന്നെ വരാൻ തുടങ്ങിയപ്പോഴാണ് അവഗണിക്കാനാവാത്തത്ര വലിയ സംഭവമാണെന്ന് മാധ്യമങ്ങൾ കണ്ടത്. തുടർന്നാണ് പെട്ടെന്ന് നിരവധി റിപ്പോർട്ടർമാർ മാർച്ചിനൊപ്പം പാഞ്ഞെത്തിയത് - പ്രത്യേകിച്ചും അതിന്റെ അവസാനഘട്ടത്തിൽ. ഒരു ദേശീയ വാർത്താ ഏജൻസിയാകട്ടെ, കർഷകമാർച്ചിനെക്കുറിച്ച് റിപ്പോർട്ട് ചെയ്യാൻ അയച്ചത് കുറ്റകൃത്യങ്ങൾ റിപ്പോർട്ടു ചെയ്യുന്ന പ്രതിനിധിയെ (Crime Correspondent) ആയിരുന്നു. (യാദൃച്ഛികമായെങ്കിലും എന്തെങ്കിലും അക്രമം ഉണ്ടാവുകയാണെങ്കിലോ - അയ്യയ്യോ ഈ കൃഷിക്കാർ, ഈ കൃഷിക്കാർ സദാ കുഴപ്പങ്ങളുണ്ടാക്കുന്നവരാണെന്ന് നിങ്ങൾക്കറിയാമല്ലോ.)

ഭീവണ്ടിയിലെ സൊണാലി ഗ്രൗണ്ടിലേക്ക്

മാസങ്ങളോളം മാധ്യമങ്ങൾ കർഷകരുടെ ആവശ്യങ്ങളെ കടം എഴുതിത്തള്ളാൻ അവർ ശ്രമിക്കുന്നതായി മാത്രം ചുരുക്കിക്കാണുകയായിരുന്നു; അവരുടെ ദുരിതങ്ങൾക്കേറെയും കാരണം അതിൽ ഒതുക്കുകയുമായിരുന്നു. കർഷകരുടെ അജണ്ടയിൽ ഒരു പ്രധാന ഘടകം കടം എഴുതിത്തള്ളൽ ആയിരിക്കവെ തന്നെ, രാജ്യത്തെ കാർഷിക പ്രതിസന്ധിയുടെ ഉള്ളിലുള്ള മറ്റ് നിരവധി ആവശ്യങ്ങളും അവർ ഉയർത്തിയിരുന്നു. കർഷകർക്കായുള്ള ദേശീയ കമ്മീഷന്റെ സുപ്രധാന ശുപാർശകൾ നടപ്പിലാക്കണമെന്നതായിരുന്നു അവയിലൊന്ന്. തങ്ങളുടെ വാഗ്ദാനം – താങ്ങുവില ഉല്പാദനച്ചെലവിനൊപ്പം അതിന്റെ 50% കൂടിച്ചേർന്ന തുകയ്ക്ക് തുല്യമാക്കൽ – നടപ്പാക്കി വരുകയാണെന്ന കേന്ദ്ര ഗവൺമെന്റിന്റെ അവകാശവാദം വെറും കാപട്യം മാത്രമാണെന്ന് ഈ കർഷകർ കണ്ടു. യഥാർത്ഥ ലോകത്തിൽ അവർക്കു ലഭിക്കുന്ന വില ഇടിഞ്ഞു വരുന്നതിന്റെ സൂചനയാണ് അവർക്കു ലഭിക്കുന്നത്. കൃഷിയുടെ യഥാർത്ഥത്തിലും മൊത്തത്തിലുമുള്ള ചെലവ് കുതിച്ചുയരവെതന്നെ അവരുടെ വരുമാനം ഇടിയുകയാണെന്ന് അവർ കാണുന്നു. ഇന്ത്യൻ കാർഷികമേഖലയെ കോർപ്പറേറ്റുകൾ റാഞ്ചുന്നതുമൂലമാണ് കാർഷിക പ്രതിസന്ധിയുണ്ടാകുന്നത് എന്നും അവർ തിരിച്ചറിയുന്നു. വെറും പ്രകൃതി ദുരന്തങ്ങൾകൊണ്ടുണ്ടാകുന്നതല്ല, ബോധപൂർവ്വമായ സാമ്പത്തിക നയത്തിന്റെ സൃഷ്ടിയാണ് അവരുടെ പ്രശ്നങ്ങൾ എന്നും അവർ മനസ്സിലാക്കുന്നു.

ഒരുപക്ഷേ, നൂറ്റാണ്ടുകളായി തങ്ങളുടെ കുടുംബങ്ങൾ കൃഷിചെയ്തുവരുന്ന ഭൂമിക്ക് ശരിയായ പട്ടയം അവർക്ക് ഉറപ്പാക്കുന്ന 2006 ലെ വനാവകാശ നിയമം നടപ്പാക്കണമെന്നാവശ്യപ്പെടുന്ന ആയിരക്കണക്കിന് ആദിവാസി കൃഷിക്കാരുണ്ട്. തുടർച്ചയായി അധികാരത്തിലിരുന്ന ഗവണ്മെന്റുകൾ പിന്തുടർന്ന വായ്പ സംബന്ധിച്ച ബോധപൂർവ്വമുള്ള നയങ്ങളുടെ അനന്തരഫലമാണ് അവരുടെ കടബാദ്ധ്യതകൾ പോലും എന്നാണ് അവർ വ്യക്തമാക്കുന്നത്.

എത്ര സമർത്ഥമായാണ് അവർ അത് നടപ്പാക്കിയത്. ദൂരത്തിന്റെ കാര്യത്തിൽ ഏറെ ദൈർഘ്യമുള്ളതും സംസാരം ഏറെ കുറഞ്ഞതും. രാത്രിയിൽ നടന്നും അടുത്ത പ്രഭാതത്തിൽ പൊതുപരീക്ഷ എഴുതേണ്ട നഗരത്തിലെ കുട്ടികൾക്കു ഒരു വിധത്തിലും തടസ്സമാകാത്ത വിധവും മുംബൈയിലെ ആസാദ് മൈതാനത്ത് അവർ എത്തിച്ചേരുന്ന സമയം ക്രമീകരിച്ചുമായിരുന്നു അവരുടെ മാർച്ച്. മഹാരാഷ്ട്ര ഗവണ്മെന്റിനു നേരെ കണ്ണുചിമ്മാതെ മുഖാമുഖം നോക്കിയായിരുന്നു കർഷകമുന്നേറ്റം. കഴിഞ്ഞ 35 വർഷമായി ഞാൻ ഈ മഹാനഗരത്തിലാണ് ജീവിക്കുന്നത്. ഇതിനിടയിൽ അപൂർവ്വമായി മാത്രമേ ഇത്രയേറെ അർത്ഥസമ്പുഷ്ടവും തൃപ്തികരവുമായ ഒരു റാലി ഞാൻ കണ്ടിട്ടുള്ളൂ.

അഖിലേന്ത്യാ കിസാൻ സഭയുടെ അശോക് ധാവ്ളെയുടെ ഹ്രസ്വമെങ്കിലും ശക്തമായ ഈ വിവരണം അതിവേഗം പ്രസിദ്ധീകരിക്കാൻ

മുകളിൽ: ദീർഘവും ക്ഷീണിതവുമായ ദിവസത്തിനുശേഷം വഴിയോരത്ത് ഉറക്കത്തിൽ
താഴെ: മുംബൈയിലെ ആസാദി മൈദാനിലേക്കുള്ള രാത്രിയാത്ര

മുംബൈയിലെ സോമായ്യാ ഗ്രൗണ്ടിൽ

ലെഫ്റ്റ് വേഡ് മുന്നോട്ടുവന്നത് തികച്ചും നന്നായി. ഈ പ്രക്ഷോഭത്തിനു പിന്നിലെ കാരണങ്ങളെക്കുറിച്ച് ധാവ്ളെ പറയുന്നു; ഒപ്പം അനിതരസാധാരണമാം വിധം അച്ചടക്കമുള്ളതും ജനാധിപത്യപരവും അന്തസ്സുറ്റതുമായ ഈ പ്രതിഷേധം സംഘടിപ്പിക്കുന്നതിനു എ ഐ കെ എസ് നടത്തിയ ഭാരിച്ച പ്രവർത്തനങ്ങളെക്കുറിച്ചും വിവരിക്കുന്നു. സർവ്വോപരി രാജ്യത്തിന്റെ രാഷ്ട്രീയ ഭൂപടത്തിൽ കാർഷിക പ്രതിസന്ധിയെ പ്രതിഷ്ഠിച്ചത് എ ഐ കെ എസ് ആണ്.

ലോങ് മാർച്ച് നമുക്ക് മുന്നോട്ടു പോകാനുള്ള വഴി കാണിച്ചു തന്നിരിക്കുകയാണ്. നാമെല്ലാം ശക്തമായി സമ്മർദ്ദം ചെലുത്തേണ്ട കാര്യങ്ങളുണ്ട്; കാർഷിക പ്രതിസന്ധിയെയും അനുബന്ധ വിഷയങ്ങളെയും സംബന്ധിച്ച് ചർച്ച ചെയ്യുന്നതിനു മാത്രമായി പാർലമെന്റ് 20 ദിവസത്തെ പ്രത്യേക സമ്മേളനം ചേരണം. ആ സന്ദർഭത്തിൽ, മറ്റു നിരവധി കർഷക സംഘടനകളെ കൂട്ടിച്ചേർത്ത് കിസാൻ സഭ ഡൽഹിയിലേക്ക് ശരിക്കും ഭീമാകാരമായ ഒരു മാർച്ച് നയിക്കണം; അവിടെനിന്ന് കൃഷിക്കാർ ഇന്ത്യൻ രാഷ്ട്രത്തോട് സംസാരിക്കട്ടെ.

അവിസ്മരണീയമായ പോരാട്ടം

അശോക് ധാവ്ളെ

മഹാരാഷ്ട്ര സമീപകാലത്തെങ്ങും കണ്ടിട്ടില്ലാത്തവിധം തികച്ചും അഭൂതപൂർവ്വവും ആഹ്ലാദകരവുമായ പോരാട്ടമായിരുന്നു അത്. സംസ്ഥാനത്തിനുള്ളിൽ മാത്രമല്ല, രാജ്യത്തൊട്ടാകെയുള്ള കർഷകജനസാമാന്യത്തിന്റെയും ജനതയുടേയും ആഗ്രഹാഭിലാഷങ്ങളെ അത് പ്രകടമാക്കി; ഇത് ജനതയുടെയാകെ അനിർവ്വചനീയമായ പിന്തുണ നേടുകയും ചെയ്തു. രാഷ്ട്രീയ സ്പെക്ട്രത്തിലെ പാർട്ടികളുടെയും സംഘടനകളുടെയും പിന്തുണ അതിനു ലഭിച്ചു. മാർച്ച് 6 മുതൽ 12 വരെയുള്ള ഒരാഴ്ച, ഏകദേശം 200 കിലോമീറ്റർ താണ്ടിയുള്ള 'ലോങ് മാർച്ച്', ദേശീയ-സംസ്ഥാന മാധ്യമങ്ങളുടെയാകെ ശ്രദ്ധാകേന്ദ്രമായി മാറി. അച്ചടി-ദൃശ്യ-സാമൂഹിക മാധ്യമങ്ങളാകെ മാർച്ചിന്റെ പ്രതിദ്ധ്വനി പടർത്തി. കിസാൻ ലോങ് മാർച്ച് (Kisan Long March) എന്നതായിരുന്നു മാർച്ച് 12 ന് ഇന്ത്യയിലെ ഒന്നാമത്തെ ഹാഷ്ടാഗ്. മാർച്ച് 14 ലെ *പീപ്പിൾസ് ഡെമോക്രസി*യിലെ മുഖപ്രസംഗം ഇത് വ്യക്തമായി പറഞ്ഞുവെക്കുന്നു.

അച്ചടക്കത്തോടെയും നിശ്ചയദാർഢ്യത്തോടെയും കർഷക വീര്യത്തിന്റെ കൂട്ടായ പ്രകടനത്തോടെയുമുള്ള അതിന്റെ സംഘാടനമികവുകൊണ്ടുതന്നെ കിസാൻ മാർച്ച് സമാനതകളില്ലാത്ത ഒരു പോരാട്ടമായി മാറി. വമ്പിച്ച പ്രകടനത്തോടെ ഇരച്ചുനീങ്ങുന്ന ചെങ്കൊടിയുടെ മഹാസമുദ്രം... ആ ദൃശ്യം എല്ലായിടങ്ങളിലുമുള്ള ജനങ്ങളുടെ ശ്രദ്ധ കൈയടക്കുകയും ദേശീയവും പ്രാദേശികവുമായ മാധ്യമങ്ങൾ രാജ്യത്തിന്റെ എല്ലാ കോണുകളിലേക്കും ഈ ദൃശ്യസന്ദേശം കൈമാറുകയും ചെയ്തു. സമീപകാലങ്ങളിൽ നടന്നിട്ടുള്ള ഒരു ബഹുജന പ്രക്ഷോഭത്തിനും കിസാൻ മാർച്ചിന്റെയത്ര ദേശവ്യാപകമായ സ്വാധീനം കൈവരിക്കാൻ സാധിച്ചിട്ടില്ല.

നാസിക്കിലാണ് ലോങ് മാർച്ച് തുടങ്ങുന്നത്. ആയിരക്കണക്കിനു സ്ത്രീകളടക്കം ഇരുപത്തി അയ്യായിരം കർഷകരാണ് തുടക്കത്തിൽ ആദ്യ ചുവടുകൾ വെച്ചത്. മുംബൈയിൽ പ്രകടനം അവസാനിച്ചത് അമ്പതിനായിരത്തിലധികം കർഷകർ അണിനിരന്നുകൊണ്ടാണ്. അത് ചുവപ്പിന്റെ സമുദ്രമായിരുന്നു - അഖിലേന്ത്യാ കിസാൻ സഭയുടെ (എ ഐ കെ എസ്) ചെങ്കൊടിയും ചുവപ്പ്ബാനറുകളും ചുവപ്പ് തൊപ്പിയും നമ്മുടെ മുദ്രാവാക്യങ്ങൾ നിറഞ്ഞ ചുവപ്പ് പ്ലക്കാർഡുകളുംകൊണ്ട് നിറഞ്ഞ ഒരു സമുദ്രം.

ഏറ്റവുമധികം കർഷകരുടെ കേന്ദ്രീകരണം നാസിക്ക് ജില്ലയിൽ നിന്നായിരുന്നു; അഖിലേന്ത്യാ കിസാൻ സഭയുടെ മുൻ സംസ്ഥാന പ്രസിഡന്റും മഹാരാഷ്ട്ര നിയമസഭയിൽ സി പി ഐ (എം) ൽ നിന്നുള്ള നിയമസഭാ സാമാജികനായി ഏഴുതവണ തിരഞ്ഞെടുക്കപ്പെടുകയും ചെയ്തിട്ടുള്ള ജെ പി ഗാവിത്തിന്റെ ആവേശോജ്ജ്വലമായ നേതൃത്വത്തിനുകീഴിൽ ആയിരക്കണക്കിനു ആദിവാസി കർഷകർ അണിനിരന്നു. അടുത്ത ആകസ്മികമായ മുന്നേറ്റം അഹമ്മദ് നഗർ ജില്ലയെ തുടർന്ന് താനെ–പൽഗാർ ജില്ലകളിലായിരുന്നു. മറ്റു ജില്ലകളിൽനിന്നും അതുപോലെതന്നെ കർഷകർ അണിചേർന്നു. ലോങ് മാർച്ചിന്റെ അവസാന രണ്ടു ദിനങ്ങളിലായി അവരുടെ എണ്ണം വർദ്ധിച്ചു.

ബി ജെ പിയുടെ വഞ്ചനയ്ക്ക് തിരിച്ചടി

കഴിഞ്ഞ രണ്ടുവർഷങ്ങളായി, സംസ്ഥാനവും നാലുവർഷമായി കേന്ദ്രവും ഭരിക്കുന്ന ബി ജെ പി ഗവൺമെന്റുകൾ ഇന്ത്യയിലെ കർഷക ജനസാമാന്യത്തിന് ചില പ്രത്യേകമായ വാഗ്ദാനങ്ങൾ ഉറപ്പുനല്കി.

മുൻഗണനാ പട്ടികയിലുള്ള ഒട്ടേറെ ആവശ്യങ്ങൾ തങ്ങൾ അംഗീകരിച്ചു എന്നവർ പറഞ്ഞിരുന്നു. അവയിൽ ചിലത്:-

കാർഷികവായ്പ (Farm Loan) എഴുതിത്തള്ളുക.

നഷ്ടപരിഹാരത്തുക നല്കുക.

ഡോ. എം എസ് സ്വാമിനാഥൻ അദ്ധ്യക്ഷനായി 2006 ലെ കർഷകരുടെ ദേശീയ കമ്മീഷൻ മുന്നോട്ടുവെച്ച ശുപാർശകൾ നടപ്പിലാക്കുക.

വനാവകാശ നിയമത്തിന്റെ (FRA) കർശനമായ നടപ്പിലാക്കൽ.

ദരിദ്രകർഷകർക്കും കർഷക തൊഴിലാളികൾക്കുമായുള്ള വിവിധ പെൻഷൻ പദ്ധതികളിൽ വർദ്ധനവ് വരുത്തുക.

വിനാശകരമായ കീടങ്ങളുടെ ആക്രമണംമൂലം കൃഷിനാശം സംഭവിച്ച കർഷകർക്ക് നഷ്ടപരിഹാരം നല്കുക.

മേച്ചിൽപുറങ്ങളും ക്ഷേത്രഭൂമികളും മണ്ണിൽ പണിയെടുക്കുന്നവന്റെ പേരിൽ നിക്ഷിപ്തമാക്കുക.

ബുള്ളറ്റ് ട്രെയിനും സൂപ്പർ ഹൈവേകളും പോലെയുള്ള ഭ്രമാത്മ

കവും ഉന്നതവിഭാഗതാല്പര്യങ്ങളുടേതുമായ പദ്ധതികൾക്ക് കർഷകരുടെ ഭൂമി കൈയേറുന്നത് തടയുക.

പൊതുവിതരണ സമ്പ്രദായവുമായി ബന്ധപ്പെട്ട പ്രശ്നങ്ങൾ പരിഹരിക്കുക.

നാസിക്, താനേ, പൽഘാർ എന്നീ ജില്ലകളിൽ തുടങ്ങാനിരിക്കുന്ന നദീബന്ധനപദ്ധതിയിൽ കാതലായ മാറ്റം വരുത്തുക. ഗോത്രഗ്രാമങ്ങൾ ഈ പദ്ധതിക്കുകീഴിൽ മുങ്ങിപ്പോകരുതെന്നും മേൽപറഞ്ഞ ജില്ലകളിലും മഹാരാഷ്ട്രയിലെ മറ്റു വരൾച്ചബാധിത ജില്ലകളിലും കൃത്യമായി വെള്ളം ലഭ്യമാക്കണമെന്നും എ ഐ കെ എസ് ആവശ്യപ്പെട്ടു.

കഴിഞ്ഞ രണ്ടുവർഷത്തിലേറെക്കാലമായി, കേന്ദ്രത്തിലും സംസ്ഥാനത്തും അധികാരത്തിലുള്ള ബി ജെ പി ഗവണ്മെന്റുകൾ കർഷകജനസമൂഹത്തിന് നല്കിയ ഈ വാഗ്ദാനങ്ങളൊന്നും തന്നെ പാലിക്കാതെ അവരെ വഞ്ചിച്ചു. അവരുടെ ആവശ്യകതകളുടേയും ദുരിതങ്ങളുടേയും പട്ടികകളെല്ലാം ഗവണ്മെന്റ് മായ്ച്ചുകളഞ്ഞു. ബി ജെ പി കേന്ദ്ര-സംസ്ഥാന ഗവണ്മെന്റുകളുടെ സ്ഥിരമായ വഞ്ചനയെ വിചാരണ ചെയ്യുവാൻ വേണ്ടിയാണ് കിസാൻസഭ ലോങ് മാർച്ച് സംഘടിപ്പിച്ചത്.

ജനകീയപോരാട്ടങ്ങളുടെ പശ്ചാത്തലം

2015 ഒക്ടോബർ മുതൽ മഹാരാഷ്ട്രയിൽ എ ഐ കെ എസിന്റെ നേതൃത്വത്തിൽ നടന്ന മൂന്നുവർഷക്കാലത്തെ സ്ഥിരമായ പോരാട്ടങ്ങളുടെ ആകത്തുകയായിരുന്നു 2018 ലെ ലോങ് മാർച്ച്. 2015 ഒക്ടോബർ 5 മുതൽ നവംബർ 10 വരെയുള്ള ഒരു മാസക്കാലം എ ഐ കെ എസ് സംസ്ഥാനവ്യാപകമായി കർഷകാവകാശ ബോധവല്ക്കരണ ക്യാമ്പയിൻ നടത്തിയിരുന്നു. അതിനെത്തുടർന്ന്, സംസ്ഥാനത്തെ 24 ജില്ലകളിൽ എ ഐ കെ എസിന്റെ ജില്ലാ കൗൺസിൽ യോഗങ്ങൾ നടന്നു. മറ്റു സംസ്ഥാന ഭാരവാഹികളോടൊപ്പം എ ഐ കെ എസ് നേതാക്കളായ സഖാക്കൾ ഡോ. അശോക് ധാവ്ളെയും കിസാൻ ഗുജാറും അജിത് നവാലെയും ഈ യോഗങ്ങളിൽ പങ്കെടുത്തിരുന്നു. ഈ യോഗങ്ങളിൽ കർഷകസമരത്തിന്റെ രൂക്ഷമായ പ്രശ്നങ്ങളെന്തൊക്കെയെന്ന് തിരിച്ചറിഞ്ഞു. സമരത്തിന്റെ രൂപവും ഭാവവും ചർച്ചചെയ്തു, ഒപ്പം സംഘടനശക്തിപ്പെടുത്തുന്നതിനാവശ്യമായ നടപടികൾ തീരുമാനിക്കുകയും ചെയ്തു.

2015 ഡിസംബർ രണ്ടാം വാരത്തിൽ, ഭൂമി അവകാശങ്ങൾ, കടം എഴുതിത്തള്ളൽ, ലാഭകരമായ പ്രതിഫലം, വരൾച്ചയിൽനിന്നും ആശ്വാസം എന്നീ നാല് പ്രധാന പ്രശ്നങ്ങൾ ഉയർത്തിക്കൊണ്ട് സംസ്ഥാനത്തെ അഞ്ച് മേഖലകളിലെ 15 ജില്ലകളിലുള്ള 29 തെഹ്സിൽ കേന്ദ്ര

ങ്ങളിലെ തെരുവുകളിൽ എ ഐ കെ എസിന്റെ ബാനറിനു പിറകിൽ അമ്പതിനായിരത്തിലധികം കർഷകർ അണിനിരന്നു.

മറാത്‌വാഡ മേഖലയിൽ പർബാണി ജില്ലയിലെ സേലുവിലും വിദർഭ മേഖലയിൽ ബുൽദാന ജില്ലയിലെ മൽകാപൂരിലും കടം എഴുതിത്തള്ളലും വരൾച്ചാ ആശ്വാസ നടപടികളും മുൻനിർത്തി എ ഐ കെ എസ് രണ്ട് പ്രാദേശികതല കൺവെൻഷനുകൾ 2016 ജനുവരി 7, 8 തീയതികളിലായി വിളിച്ചുചേർത്തു. രണ്ട് കൺവെൻഷനുകളും വമ്പിച്ച വിജയമായിരുന്നു.

എ ഐ കെ എസും അതിന്റെ അനുബന്ധസംഘടനകളായ സി ഐ ടി യുവും അഖിലേന്ത്യ കർഷക തൊഴിലാളി യൂണിയനും ഒന്നിച്ച് 2017 ഒക്ടോബർ 31 ന് പർബാണിയിൽ ഒരു സംയുക്ത സംസ്ഥാന കൺവെൻഷൻ വിളിച്ചുചേർത്തു. ഈ കൺവെൻഷനിൽ 2018 ജനുവരി 19 ഒരു സംയുക്ത പ്രക്ഷോഭത്തിന് ആഹ്വാനം ചെയ്തു. അന്നേദിവസം, കേന്ദ്രത്തിലെയും സംസ്ഥാനത്തിലെയും ബി ജെ പി ഗവണ്മെന്റുകൾക്കെതിരായി തങ്ങളുടെ ആവശ്യങ്ങൾ ഉയർത്തുന്നതിന്, തൊഴിലാളികളും കർഷകരും കർഷകതൊഴിലാളികളുമടക്കം 1,33,000 ജനങ്ങൾ വിപുലമായ ഈ സംയുക്ത സംസ്ഥാന വ്യാപക പ്രക്ഷോഭത്തിൽ 'ജയിലുകൾ നിറയ്ക്കൂ' (ജയിൽ ഭരോ) എന്ന മുദ്രാവാക്യമുയർത്തി അണിനിരന്നു. അന്ന് അറസ്റ്റുചെയ്യപ്പെട്ടവരിൽ ഏറ്റവുമധികം സമരസേനാനികൾ -92000 നും മുകളിൽ - എ ഐ കെ എസിൽ നിന്നുള്ളവരായിരുന്നു.

ജനുവരി 25 ന് നാസിക്കിൽ നടന്ന എ ഐ കെ എസിന്റെ സംസ്ഥാനതല കൺവെൻഷൻ മാർച്ച് 29 മുതൽ നാസിക് നഗരത്തിൽ 1,00,000 (ഒരു ലക്ഷം) കർഷകർ അണിനിരന്നുകൊണ്ട് അഭൂതപൂർവ്വമാംവിധമുള്ള ഒരു സംസ്ഥാന വ്യാപക ഉപരോധത്തിന് ആഹ്വാനംചെയ്തു. ഈ പോരാട്ടപ്രഖ്യാപനം, മുകളിൽ സൂചിപ്പിച്ചതുപോലെ, മഹാരാഷ്ട്രയിൽ എ ഐ കെ എസ് ആറുമാസക്കാലമായി നടത്തിവന്ന ക്യാമ്പയിനുകളുടെ പരിപൂർണ്ണതയായിരുന്നു. ആകർഷണീയവും പ്രേരകാത്മകവുമായ രണ്ടു ലക്ഷം ലഘുലേഖകളും 72000 പോസ്റ്ററുകളും എ ഐ കെ എസ് ക്യാമ്പയിനുവേണ്ടി പ്രസിദ്ധീകരിക്കുകയും കൺവെൻഷനിൽതന്നെ അവ എല്ലാ ജില്ലാ കമ്മിറ്റികൾക്കും വിതരണം ചെയ്യുകയുമുണ്ടായി. അതിനുപുറമെ, ജില്ലാ കൗൺസിലുകളും ആയിരക്കണക്കിനു ലഘുലേഖകൾ അടിച്ചിറക്കി.

വില്ലേജ്തല സമ്മേളനങ്ങൾക്കും തെഹ്സിൽ സമ്മേളനങ്ങൾക്കും ശേഷം ഫെബ്രുവരി 7 മുതൽ മാർച്ച് 1 വരെയുള്ള തീയതികളിലായി 23 എ ഐ കെ എസ് ജില്ലാ സമ്മേളനങ്ങൾ നടത്തി. അവർ പോരാട്ടത്തിന് തയ്യാറെടുക്കുകയും സംഘടനയെ ശക്തിപ്പെടുത്തുകയും ചെയ്തു.

200 കിലോമീറ്ററിലേറെ 80 മണിക്കൂർ നടത്തക്കുശേഷം
മുംബൈയിലെ ആസാദ് മൈതാനിയിൽ

മുകളിൽ ശ്രമകരമായ നടപ്പിനു ശേഷം വിശ്രമം
താഴെ: ഉറക്കം – നക്ഷത്രങ്ങൾക്കു കീഴിൽ

ഒരു ലക്ഷം കർഷകർ ഉപരോധത്തിനായി നാസിക്കിലേക്ക്

ഗഹനമായ ഈ എല്ലാ തയ്യാറെടുപ്പുകളുടെയും ഫലമായി, 2016 മാർച്ച് 29 ന് ഒരു ലക്ഷം കർഷകർ അണിനിരന്ന ശക്തവും സ്വതന്ത്രവുമായ സംസ്ഥാനവ്യാപക റാലി നടത്തിക്കൊണ്ട് എ ഐ കെ എസ് ചരിത്രത്തിലും ഇടം നേടി. നാസിക്കിന്റെ ഹൃദയഭാഗമായ സിബിഎസ് ചൗക്കിൽ (CBS Chowk) മാർച്ച് 29-30 തീയതികളിലായി അഭൂതപൂർവ്വമായ രാപ്പകൽ കുത്തിയിരുപ്പ് സത്യഗ്രഹവും രണ്ടു രാവുകളും രണ്ടു പകലുമായി എ ഐ കെ എസ് നടത്തി. ഈ സത്യഗ്രഹം നഗരത്തെ പ്രകമ്പനം കൊള്ളിച്ചു. നമ്മുടെ പോരാട്ടത്തിന് എ ഐ കെ എസ് നാല് വിഷയങ്ങൾ മുൻനിർത്തി:-

1. വനാവകാശ നിയമത്തിനുകീഴിൽ (2000) ഭൂഅവകാശം.
2. കർഷകരുടെ കടം എഴുതിത്തള്ളൽ
3. ഉയർന്ന ലാഭകരമായ വില (മൂല്യം)
4. വരൾച്ചയിൽനിന്നും ആശ്വാസം

സമരോത്സുകമായ ഈ കർഷകപ്രക്ഷോഭത്തിന് ദൃശ്യ-അച്ചടി മാധ്യമങ്ങളിൽ ഒരുപോലെ വിപുലവും സ്ഥിരവുമായ കവറേജ് ലഭിച്ചു. ദൃശ്യമാധ്യമങ്ങളുടെ വിവിധ സെക്ഷനുകൾ രണ്ടുദിവസവും ഇത് തത്സമയം സംപ്രേഷണം ചെയ്തു. ഈ പ്രക്ഷോഭം എ ഐ കെ എസിനെ മഹാരാഷ്ട്രയിലെ കർഷകപ്രസ്ഥാനത്തിന്റെ കേന്ദ്രസ്ഥാനത്ത് ആദ്യമായി കൊണ്ടുവന്നു.

സി പി ഐ (എം) ജനറൽ സെക്രട്ടറി സീതാറാം യെച്ചൂരി, എ ഐ കെ എസ് ജനറൽ സെക്രട്ടറി ഹന്നൻ മൊള്ള, പ്രശസ്ത പത്രപ്രവർത്തകൻ പി സായ്നാഥ്, എ ഐ കെ എസ് നേതാക്കളായ ഡോ. അശോക് ധാവ്ളെ, ജെ പി ഗാവിത് എംഎൽഎ, കിസാൻ ഗുജാർ, ഡോ. അജിത് നവാലെ എന്നിവരും മറ്റു ബഹുജന സംഘടനകളിലെ നേതാക്കളും ഈ റാലിയെ അഭിസംബോധന ചെയ്തു.

മാർച്ച് 30 ന്, കർഷകരുടെ സംഘടിതമായ സമരപ്രക്ഷോഭത്തിൽ പരാജിതനായ മഹാരാഷ്ട്ര മുഖ്യമന്ത്രി ദേവേന്ദ്ര ഫഡ്നാവിസ് കിസാൻ സഭയുമായി ചർച്ചയ്ക്കു തയ്യാറായി. മുംബൈയിൽ വിധാൻ ഭവനിൽ നിയമസഭാ സമ്മേളനത്തിനിടയിൽ മുഖ്യമന്ത്രിയും മറ്റു മൂന്ന് മന്ത്രിമാരും ഉന്നതോദ്യോഗസ്ഥരുമായി ഒരു മണിക്കൂർ ചർച്ച നടന്നു. ആവശ്യങ്ങളിൽ ചിലത് അംഗീകരിച്ചു, പക്ഷേ, ഇതുവരെയും നടപ്പിൽവരുത്തിയിട്ടില്ല. അതുകൊണ്ടുതന്നെ അവയുടെ നടത്തിപ്പിനുവേണ്ടി എ ഐ കെ എസ് സംയുക്ത പോരാട്ടം തുടങ്ങി.

വരൾച്ചാ ആശ്വാസത്തിനുവേണ്ടിയുള്ള പോരാട്ടം

എ ഐ കെ എസിന്റേയും എസ് എഫ് ഐയുടെയും നേതൃത്വത്തിൽ 2016 മാർച്ച് 3 ന് മറാത്‌വാഡ മേഖലയിലെ എട്ട് ജില്ലകളിൽനിന്നും

ആയിരത്തോളം കർഷകർ രണ്ട് പൊലീസ് ബാരിക്കേഡുകൾ മറികടന്ന് ഔറംഗാബാദ് ഡിവിഷണൽ കമ്മീഷണറുടെ ഓഫീസ് മതിലിനുള്ളിലേക്ക് പ്രകടനം നടത്തി. പ്രവിശ്യയിലെ അതിതീവ്രമായ വരൾച്ചാ സാഹചര്യവുമായി ബന്ധപ്പെട്ട് മുൻനില്ക്കുന്ന ഏറ്റവും പ്രഥമമായ ആവശ്യങ്ങൾക്കുവേണ്ടിയായിരുന്നു ഈ സമരോത്സുക പ്രക്ഷോഭം. അടുത്തദിവസം തന്നെ എ ഐ കെ എസ് - എസ് എഫ് ഐ പ്രതിനിധികളുമായി യോഗം നടത്താൻ അധികാരികൾ തയ്യാറാവുന്നതുവരെ പ്രക്ഷോഭകർ കാര്യാലയം ഏതാണ്ട് ഒരുമണിക്കൂറിലധികം സമയം തടഞ്ഞുവെച്ചു; ബന്ധപ്പെട്ട യോഗത്തിൽ എല്ലാ ജില്ലകളിലെയും വരൾച്ചാ പ്രശ്നങ്ങൾ കൈകാര്യം ചെയ്യേണ്ട അധികാരികൾ ഉണ്ടാവുമെന്നും ഉറപ്പുതന്നു.

മെയ് 3, 4 തീയതികളിലായി രണ്ട് പകലുകളും ഒരു രാത്രിയും പ്രക്ഷോഭകർ കമ്മീഷണറുടെ കാര്യാലയത്തിനുപുറത്ത് ക്യാമ്പ് ചെയ്തു.

ഈ സമ്മർദ്ദത്തിനുകീഴിൽ മെയ് 4 നു നടന്ന യോഗത്തിൽ അധികാരപരിധിക്കുള്ളിൽ ഉൾപ്പെടുന്ന പ്രധാനപ്പെട്ട ആവശ്യങ്ങളെല്ലാം തന്നെ അംഗീകരിച്ചു. അംഗീകരിക്കപ്പെട്ട പ്രത്യേകമായ ആവശ്യങ്ങൾ കുടിവെള്ളം, തൊഴിലുറപ്പ് പദ്ധതി (MNREGA) കളുമായി ബന്ധപ്പെട്ട് തൊഴിലും കൂലിയും കാലികൾക്ക് വയ്ക്കോൽ, കർഷകർക്ക് കാർഷിക സാമഗ്രികൾ, വിദ്യാർത്ഥികളുടെ ഫീസ് എഴുതിത്തള്ളൽ, ക്ഷേത്രഭൂമിയുമായും വനഭൂമിയുമായും ബന്ധപ്പെട്ട ഭൂപ്രശ്നങ്ങൾ തുടങ്ങിയവയുമായി ബന്ധപ്പെട്ടവയായിരുന്നു. വരൾച്ചയുടെ ഗുരുതരമായ പ്രകൃതവും എ ഐ കെ എസിന്റെയും എസ് എഫ് ഐ യുടെയും ധീരമായ പോരാട്ടവും ഔറംഗാബാദ് പ്രക്ഷോഭം ഏറ്റെടുക്കാൻ അച്ചടി-ദൃശ്യ മാധ്യമങ്ങളെ നിർബ്ബന്ധിതമാക്കി.

താനെയിൽ 10,000 പേർ പങ്കെടുത്ത് "ശവപ്പെട്ടി റാലി"

കർഷക ആത്മഹത്യകളുടെ പ്രശ്നം പൊതുശ്രദ്ധയിൽപ്പെടുത്തുന്നതിന് 2016 മെയ് 30 ന് മുംബൈക്കടുത്ത് താനെ നഗരത്തിൽ 10,000 പേർ പങ്കെടുത്ത ഐതിഹാസികമായ ഒരു 'ശവപ്പെട്ടി റാലി' എ ഐ കെ എസ് സംഘടിപ്പിച്ചു. കർഷകർ വെള്ളവസ്ത്രം കൊണ്ടു മൂടിയ മുളചട്ടങ്ങൾ വഹിച്ചു (മറാഠിയിൽ ഇതിനെ 'തിർദി' എന്നാണ് വിളിക്കുന്നത്); അതിൽ ശവശരീരവും വഹിച്ചായിരുന്നു റാലി. ഇത് മഹാരാഷ്ട്രയിലെ കർഷകരുടെ കടബാദ്ധ്യതമൂലമുള്ള ആത്മഹത്യയുടെ ഗൗരവപൂർണ്ണമായ വിഷയത്തിലേക്ക് നാടകീയമായ വിധം വെളിച്ചം വീശുന്നതിനിടയാക്കി. അന്നത്തെ എ ഐ കെ എസ് പ്രസിഡന്റ് അമ്രാം അഭിസംബോധന ചെയ്ത ഈ റാലി വലിയതോതിൽ മാധ്യമ

ശ്രദ്ധ ആകർഷിച്ചു. വർദ്ധിച്ചുവരുന്ന കർഷക ആത്മഹത്യകളുടെ ഗുരുതരാവസ്ഥയിലേക്ക് ഇത് വെളിച്ചം വീശി. മെയ് 31 നും ജൂൺ ഒന്നിനും പാൽഘർ ജില്ലയിലെ താലസേരിയിൽ തുടർന്നു നടത്തിയ സംസ്ഥാന സമ്മേളനത്തിൽ എ ഐ കെ എസ് ജനറൽ സെക്രട്ടറി ഹന്നൻ മൊള്ള പങ്കെടുത്തു.

വാഡയിൽ 50,000 പേരുടെ മഹാ-ഘെരാവോ

2016 ഒക്ടോബർ 3 നും 4 നും മഹാരാഷ്ട്രയിലെ വിവിധ ഗോത്ര ജില്ലകളിൽനിന്നുള്ള അമ്പതിനായിരത്തിലധികം ആദിവാസി കർഷകരും സ്ത്രീകളും യുവാക്കളും വിദ്യാർത്ഥികളും പാൽഘർ ജില്ലയിലെ വാഡയിലെ സബ് ഡിവിഷണൽ സെന്ററിലുള്ള ഗോത്രവർഗ്ഗ വികസന മന്ത്രിയുടെ (ബി ജെ പി) വീട് ഘെരാവോ ചെയ്തു. എ ഐ കെ എസും അഖിലേന്ത്യാ ജനാധിപത്യ മഹിളാ അസോസിയേഷനും ഡി വൈ എഫ് ഐയും എസ് എഫ് ഐയും ആദിവാസി അധികാർ രാഷ്ട്രീയ മഞ്ചും സംയുക്തമായാണ് ഈ സമരത്തിനു നേതൃത്വം നല്കിയത്. വനാവകാശ നിയമം എത്രയും വേഗം കർശനമായി നടപ്പാക്കൽ; പോഷകക്കുറവുമൂലം ഗോത്രവർഗ്ഗമേഖലയിൽ കുട്ടികൾ മരിക്കുന്നത്; എം എൻ ആർ ഇ ജി എ പ്രകാരമുള്ള വേലയും കൂലിയും; പൊതുവിതരണ സമ്പ്രദായത്തിന്റെയും ആരോഗ്യസേവനങ്ങളുടെയും ഗോത്രവർഗ്ഗവിദ്യാർത്ഥികളുടെ വിദ്യാഭ്യാസപ്രശ്നങ്ങൾ എന്നിവയുടെ പരിതാപകരമായ അവസ്ഥ തുടങ്ങിയവയാണ് ഉന്നയിക്കപ്പെട്ട മുഖ്യപ്രശ്നങ്ങൾ.

ഘെരാവോ 16 മണിക്കൂർ നീണ്ടുനിന്നു; വാഡയിൽ നിന്നു മുംബൈയിലേക്കും താനെയിലേക്കും ഭിവാണ്ടിയിലേക്കും പാൽഘാറിലേക്കും ദഹാനുവിലേക്കും താലസരിയിലേക്കും സൂറത്തിലേക്കും നാസിക്കിലേക്കുമെല്ലാമുള്ള ഹൈവേകൾ പൂർണ്ണമായും ഉപരോധത്തിലായി. ഈ പ്രക്ഷോഭത്തിന്റെ തലേന്നുതന്നെ മന്ത്രി വീടുവിട്ടോടി. ആളുകൾ പിൻവാങ്ങാൻ വിസമ്മതിച്ചപ്പോൾ പ്രതിനിധി സംഘവുമായി ചർച്ച ചെയ്യാൻ സംസ്ഥാന ഗോത്രവർഗ്ഗ വികസന കമ്മീഷണറെ അയക്കാനും ഒക്ടോബർ 7 ന് മുംബൈയിൽ സംസ്ഥാന സെക്രട്ടേറിയറ്റിൽ ഒരു ഉന്നതാധികാരയോഗം ചേരാമെന്ന് സമ്മതിക്കുന്ന ഫാക്സ് സന്ദേശം അയക്കാനും മന്ത്രി നിർബ്ബന്ധിതനായി. കമ്മീഷണറുമായി രാത്രി നാലു മണിക്കൂർ നീണ്ട ചർച്ചകൾക്കുശേഷമാണ്, പല ആവശ്യങ്ങളും അംഗീകരിക്കാൻ അദ്ദേഹം സമ്മതിച്ചശേഷമാണ്, ഒക്ടോബർ 4 ന് പ്രഭാതത്തിൽ ഒരു കൂറ്റൻ പൊതുയോഗത്തോടെ ആ ഘെരാവോ പിൻവലിച്ചത്.

ഗോത്രവർഗ്ഗവികസനമന്ത്രിയുമായും ബന്ധപ്പെട്ട വകുപ്പുകളുടെ അരഡസൻ സെക്രട്ടറിമാരുമായും അരഡസൻ ഗോത്രവർഗ്ഗ ജില്ലകളുടെ കളക്ടർമാരുമായും ഒക്ടോബർ 7 ന് മുംബൈയിൽ പ്രതിനിധി സംഘം

ചർച്ച നടത്തി. അത് 5 മണിക്കൂറിലേറെ നീണ്ടുനിന്നു. വനാവകാശനിയമം നടപ്പാക്കൽ, പോഷക ദാരിദ്ര്യംമൂലം ഗോത്രവർഗ്ഗ കുട്ടികൾ മരിക്കുന്നത്, എം എൻ ആർ ഇ ജിയും പൊതുവിതരണവുമായി ബന്ധപ്പെട്ട ആവശ്യങ്ങൾ വിദ്യാഭ്യാസം തുടങ്ങിയ വിഷയങ്ങളിലെല്ലാം ദീർഘകാലമായി ഉന്നയിച്ചുവരുന്ന ആവശ്യങ്ങൾ അംഗീകരിക്കാൻ മന്ത്രി നിർബ്ബന്ധിതനായി. ആ യോഗത്തിന്റെ മിനിറ്റ്സും ഒരു പ്രത്യേക ഗവണ്മെന്റ് സർക്കുലറും സംസ്ഥാനത്തെ ബന്ധപ്പെട്ട എല്ലാ ഉദ്യോഗസ്ഥർക്കുമായി പ്രസിദ്ധീകരിച്ചു; അതിൽ ഡിമാന്റുകൾ അംഗീകരിക്കപ്പെട്ടതായി രേഖപ്പെടുത്തിയിരുന്നു. ഈ സമരം വൻവിജയത്തിലാണ് കലാശിച്ചത്. അത് നടപ്പാക്കുന്നതിൽ തുടക്കത്തിൽ അല്പം പുരോഗതിയുമുണ്ടായി, എന്നാൽ പിന്നീടത് തകിടം മറിക്കപ്പെട്ടു.

ഖാംഗാവിലെ ചമ്മട്ടിക്കയർ റാലി

2017 മെയ് 11 ന് കർഷക ആത്മഹത്യകളുടെയും കടം എഴുതിത്തള്ളലിന്റെയും ആദായ വിലകളുടെയും പ്രശ്നങ്ങൾ കേന്ദ്രീകരിച്ച് വിദർഭ മേഖലയിലെ ബുൽദാന ജില്ലയിലെ ഖാംഗാവിലുള്ള ബി ജെ പിക്കാരനായ സംസ്ഥാന കൃഷിമന്ത്രിയുടെ വീട്ടിലേക്ക് എ ഐ കെ എസ് സംസ്ഥാന "ആസൂദ്" റാലി (ചമ്മട്ടിക്കയർ - Whip Card - റാലി) സംഘടിപ്പിക്കുകയുണ്ടായി; അതിനുമുന്നോടിയായി "ആസൂദ്" സംസ്ഥാന കൺവെൻഷനും ചേർന്നു. *കൃഷിക്കാരുടെ ചമ്മട്ടിക്കയർ* (The Cultivators Whip Cord - ക്ഷേത്ക്കാര്യയ ആസൂദ്) എന്ന പേരിൽ മഹാത്മ ജ്യോതിറാവു ഫൂലെ 1881 ൽ പ്രശസ്തമായ ഒരു കൃതി രചിച്ചിരുന്നു. ചമ്മട്ടിക്കയർ റാലി എന്ന പേര് സ്വീകരിക്കപ്പെട്ടത് അതിൽനിന്നാണ് (തുണിയോ ചമ്മട്ടിയോ ഉണ്ടാക്കാനായി ഉപയോഗിക്കപ്പെട്ട ഒരു പ്രത്യേക തരത്തിൽ പിന്നിയ പഞ്ഞിയാണിത്).

രണ്ടുവർഷത്തിലേറെക്കാലമായി തുടർന്നു വരുന്ന വെവ്വേറെയുള്ള ഈ സമരങ്ങളെല്ലാം തന്നെ മഹാരാഷ്ട്ര സംസ്ഥാന കിസാൻ സഭയെ ഇതാദ്യമായി സംസ്ഥാനത്തെ മുഖ്യധാരാ കർഷക പ്രസ്ഥാനത്തിന്റെ കൂട്ടത്തിലെത്തിച്ചു; 2017 ജൂണിൽ നടന്ന സംയുക്ത കർഷക സമരത്തിന്റെയും സുപ്രധാനഘടകമായി മാറാനും ഇത് എ ഐ കെ എസിനെ സഹായിച്ചു.

ഐതിഹാസികമായ കർഷക പണിമുടക്ക്

ഐതിഹാസികമായ സംയുക്ത കർഷക പണിമുടക്ക് 2017 ജൂൺ ഒന്നുമുതൽ 11 വരെ പതിനൊന്നു ദിവസം നീണ്ടുനിന്നു; ഇതിൽ എ ഐ കെ എസ് നിർണ്ണായകമായ പങ്കുവഹിച്ചു. നഗരങ്ങളിലെ കമ്പോളങ്ങളിലേക്ക് തങ്ങളുടെ പാലും പച്ചക്കറികളും പഴങ്ങളും വില്പന

മുകളിൽ: ഉടമാവകാശം ദേസ്ഥാനത്തിന്: ഭൂമി കൃഷിക്കാരന്
താഴെ: "നരേന്ദ്രമോദി... കർഷക വിരുദ്ധനാണ്"

യ്ക്കായി കൊണ്ടുവരാൻ കർഷകർ വിസമ്മതിച്ചു. ചില കരിങ്കാലികൾ ജൂൺ 2 നും 3 നും മുഖ്യമന്ത്രിയുമായി നടത്തിയ പാതിരായോഗത്തിൽ സമരത്തെ ഒറ്റുകൊടുക്കാൻ ശ്രമിച്ചപ്പോൾ പണിമുടക്കുമായി മുന്നോട്ടു പോകാൻ മറ്റു കർഷക സംഘടനകളെക്കൂടി അണിനിരത്തുന്നതിനു എ ഐ കെ എസ് നേതൃത്വം നല്കി. ആ യോഗത്തിൽ ഈ ഒറ്റുകൊടുക്കലിനെ എതിർക്കുന്നതിൽ വഹിച്ച മുഖ്യപങ്കുമൂലം എ ഐ കെ എസ് സംസ്ഥാന ജനറൽ സെക്രട്ടറി ഡോ. അജിത് നവാലെയെ കർഷക സംഘടനകളുടെ ഏകോപന സമിതിയുടെ കൺവീനറായി തിരഞ്ഞെടുത്തു. കൃഷിക്കാരുടെ പണിമുടക്കിനു പിന്തുണ നല്കാൻ ജൂൺ 5 നു വമ്പിച്ച ഒരു സംയുക്ത മഹാരാഷ്ട്ര ബന്ദ് വിജയകരമായി സംഘടിപ്പിക്കുകയുണ്ടായി; തുടർന്നു മറ്റുചില വൻ ജനകീയ പ്രക്ഷോഭങ്ങളും സംഘടിപ്പിക്കപ്പെട്ടു.

ജൂൺ 11 ന് സംസ്ഥാന ഗവണ്മെന്റിലെ 5 മന്ത്രിമാരുടെ ഒരു സംഘത്തിനു ഏകോപന സമിതിയുമായി ചർച്ച ചെയ്യേണ്ടതായി വന്നു; കർഷകജന സാമാന്യത്തിനു സമ്പൂർണ്ണമായും കടം എഴുതിത്തള്ളൽ നടപ്പാക്കുമെന്നു പരസ്യമായി പ്രഖ്യാപിക്കാനും അവർ നിർബ്ബന്ധിതരായി. എന്നാൽ രണ്ടാഴ്ചയ്ക്കുള്ളിൽ, 34,000 കോടി രൂപയുടെ വഞ്ചനാപരമായ കടം എഴുതിത്തള്ളൽ പാക്കേജും ഓരോ കൃഷിക്കാരനും 1.5 ലക്ഷം രൂപവരെ കടം എഴുതിത്തള്ളുമെന്നും പ്രഖ്യാപനം ഉണ്ടായിട്ടും സമ്പൂർണ്ണകടം എഴുതിത്തള്ളൽ എന്ന വാഗ്ദാനത്തെ ഗവണ്മെന്റ് വഞ്ചിച്ചു; മഹാഭൂരിപക്ഷം കൃഷിക്കാരെയും കടം എഴുതിത്തള്ളലിന്റെ പരിധിക്കുപുറത്താക്കാൻ നിരവധി കടുത്ത വ്യവസ്ഥകൾ അടിച്ചേല്പിക്കപ്പെട്ടു.

ഈ വഞ്ചനയ്ക്കെതിരെ, മഴക്കാലമായിരുന്നിട്ടും 40,000 ത്തിലധികം കർഷകരെ അണിനിരത്തി ജൂലൈയിൽ നടത്തിയ വിപുലമായ 15 ജില്ലാ കൺവെൻഷനുകളിലൂടെ സംയുക്ത പ്രചരണ പര്യടനം, സംസ്ഥാനത്തെ 31 ജില്ലകളിലെ ഇരുന്നൂറിലേറെ കേന്ദ്രങ്ങളിൽ രണ്ടുലക്ഷത്തിലധികം കൃഷിക്കാർ ദേശീയ ഹൈവേകളും സംസ്ഥാന ഹൈവേകളും ഉപരോധിച്ച ആഗസ്ത് 14 ലെ സംസ്ഥാന വ്യാപകമായ 'ചക്കാജാം' (റോഡ് ഉപരോധം) എന്നിവ ഉൾപ്പെടെയുള്ള വമ്പിച്ച സംയുക്ത പ്രക്ഷോഭങ്ങൾ നടത്തുകയുണ്ടായി. ഈ സംയുക്ത റോഡ് ഉപരോധ പ്രക്ഷോഭത്തിലെ ഏറ്റവും വലിയ പങ്കാളിത്തം എ ഐ കെ എസിന്റേതായിരുന്നു – 85,000 ത്തിലധികം.

ബോധപൂർവ്വമായ തീരുമാനത്തിലൂടെ എ ഐ കെ എസ് ഒറ്റയ്ക്കും സംയുക്തമായും നടത്തിയ ഈ സമരങ്ങൾ സമാധാനപരവും അച്ചടക്കമുള്ളതുമായിരുന്നു. ഈ സമരങ്ങൾക്കായുള്ള ക്യാമ്പയിനുകളിലൂടനീളം ബി ജെ പി -ശിവസേന സംസ്ഥാന ഗവണ്മെന്റിനുമേൽ ആക്രമണം കേന്ദ്രീകരിക്കുന്നതിനുപുറമേ നരേന്ദ്രമോഡിയുടെ നേതൃത്വത്തി

ലുള്ള കേന്ദ്ര ബി ജെ പി ഗവണ്മെന്റിന്റെ കർഷകവിരുദ്ധ, ജനവിരുദ്ധ, ശിങ്കിടി മുതലാളിത്താനുകൂല നവലിബറൽ നയങ്ങൾക്കും അതിന്റെ ആപല്ക്കരമായ വർഗ്ഗീയ-ജാതീയ ഗൂഢാലോചനകൾക്കുമെതിരെയും കഠിനമായ താക്കീത് നല്കുകയുമുണ്ടായി.

കടം എഴുതിത്തള്ളുന്നതും ഭൂമിക്കുമേലുള്ള അവകാശം ഉറപ്പിക്കുന്നതുമായ രണ്ടു പ്രധാന വിഷയങ്ങളിലും സംസ്ഥാന ഗവണ്മെന്റ് അനുഭാവപൂർവ്വമുള്ള പരിഗണനയ്ക്ക് സംസ്ഥാന സർക്കാർ തയ്യാറാകാതിരുന്നപ്പോൾ ബി ജെ പിയുടെ സംസ്ഥാന ഗവണ്മെന്റിന്റെ വഞ്ചനയ്ക്കെതിരെ വീണ്ടും വടിയുമെടുത്ത് രംഗത്തിറങ്ങാൻ എ ഐ കെ എസ് തീരുമാനിച്ചു. അങ്ങനെയാണ് ലോങ് മാർച്ചും നിയമസഭയെ ഘെരാവൊ ചെയ്യലും തീരുമാനിച്ചത്.

ഞെട്ടിപ്പിക്കുന്ന യാഥാർത്ഥ്യം

ഈ സമരങ്ങളിലെല്ലാം കർഷകർ വൻതോതിൽ പങ്കെടുക്കുന്നതെന്തുകൊണ്ടെന്ന് വ്യക്തമാക്കുന്നതാണ് ഞെട്ടിപ്പിക്കുന്ന രണ്ട് വസ്തുനിഷ്ഠ യാഥാർത്ഥ്യങ്ങൾ.

ഒന്ന്, കർഷക ആത്മഹത്യകളുടെ പ്രശ്നമാണ്. 1991 ൽ കോൺഗ്രസ് ഗവണ്മെന്റ് കാർഷികരംഗത്ത് നവലിബറൽ നയങ്ങൾ ആരംഭിക്കുകയും തുടർച്ചയായി അധികാരത്തിൽ വന്ന കോൺഗ്രസിന്റെയും ബി ജെ പിയുടെയും ഗവണ്മെന്റുകൾ അതിവേഗം അതുമായി മുന്നോട്ടു പോകുകയും ചെയ്തതിനെത്തുടർന്ന് - മോഡി ഗവണ്മെന്റാണ് ഏറ്റവും വലിയ കുറ്റവാളി - കടബാധിതരായ മൂന്നുലക്ഷത്തിലേറെ കൃഷിക്കാർ കഴിഞ്ഞ 25 വർഷത്തിനിടയിൽ ഇന്ത്യയിൽ ആത്മഹത്യ ചെയ്യാൻ നിർബ്ബന്ധിതരായി. കേന്ദ്ര ആഭ്യന്തര മന്ത്രാലയത്തിനുകീഴിലെ നാഷണൽ ക്രൈം റിക്കാർഡ്സ് ബ്യൂറോയുടെ കണക്കുകളാണിത്. കർഷകരുടെ 'ഏറ്റവും വലിയ ശവപ്പറമ്പ്' എന്ന കുപ്രസിദ്ധി നേടിയ സംസ്ഥാനമാണ് മഹാരാഷ്ട്ര - ഈ കാലഘട്ടത്തിൽ ഈ സംസ്ഥാനത്ത് 65,000 കർഷകരാണ് ആത്മഹത്യ ചെയ്തത്.

രണ്ടാമത്, ആദിവാസിക്കുട്ടികളുടെ പട്ടിണിയുടെ പ്രശ്നമാണ്. സംസ്ഥാനത്തും അഖിലേന്ത്യാടിസ്ഥാനത്തിലും പോഷകാഹാരക്കുറവും പട്ടിണിയും മൂലം പ്രതിവർഷം ആയിരക്കണക്കിനു ആദിവാസിക്കുട്ടികളാണ് മരണപ്പെടുന്നത്. ഭൂരാഹിത്യം, തൊഴിലില്ലായ്മ എന്നിവയ്ക്കൊപ്പം പൊതുവിതരണ സംവിധാനത്തിലും ആരോഗ്യപരിചരണ സംവിധാനത്തിലും തകർച്ചയും ഉൾപ്പെടെ വിവിധ ഘടകങ്ങളുടെ ഫലമാണിത്.

സംസ്ഥാനത്തും രാജ്യത്താകെയും ആഴമേറി വരുന്ന കാർഷിക പ്രതിസന്ധിയുടെയും കർഷകദുരിതത്തിന്റെയും നേരെ ശക്തമായി വെളിച്ചം വീശുന്നതാണ് ഈ രണ്ട് ചുട്ടുപൊള്ളുന്ന സത്യങ്ങൾ.

മുകളിൽ: ദിൻദോരി താലൂക്കിലെ ഡോൻഡിഗവോൺ ഗ്രാമത്തിൽ നിന്നുള്ള കർഷകത്തൊഴിലാളി റുക്മാ ബായ് ബന്ദ്കുളെ
താഴെ: ദിനദോരി താലൂക്കില നാസിക് അംബിഗവോൺ ഗ്രാമത്തിൽ നിന്നുള്ള സവിത ലിലാക്ക്

ലോങ് മാർച്ചിനായുള്ള തയ്യാറെടുപ്പുകൾ

2018 ഫെബ്രുവരി 16 നു സാംഗ്ലിയിൽ ചേർന്ന എ ഐ കെ എസ് സംസ്ഥാന കൗൺസിൽ യോഗമാണ് ലോങ് മാർച്ച് നടത്താനുള്ള തീരുമാനം കൈക്കൊണ്ടത്. എ ഐ കെ എസിന്റെ സംസ്ഥാനത്തെ കൂട്ടായ നേതൃത്വം ഈ അതിബൃഹത്തായ സംരംഭത്തിനായുള്ള കുറ്റമറ്റ തയ്യാറെടുപ്പുകൾ നടത്താൻ തുടങ്ങി. മാർച്ച് തുടങ്ങുന്നതിനു മുമ്പായി മൂന്നാഴ്ച പോലും ഞങ്ങൾക്ക് ലഭിച്ചില്ല. മാർച്ച് 6 നാണ്, ഹോളികഴിഞ്ഞ് (മാർച്ച് ഒന്നും രണ്ടും) ചുരുക്കം ദിവസങ്ങൾ കഴിഞ്ഞാണ്, ലോങ് മാർച്ച് ആരംഭിക്കാൻ എ ഐ കെ എസ് ആഗ്രഹിച്ചത്. അപ്പോൾ സംസ്ഥാന നിയമസഭ സമ്മേളനം ചേരുന്ന സമയമാണ്.

മാർച്ചിനു കർഷകരെ അണിനിരത്തലായിരുന്നു ഏറ്റവും പ്രധാന കടമ. ഗ്രാമങ്ങളിൽ നൂറുകണക്കിനു യോഗങ്ങൾ ചേർന്നു; ആയിരക്കണക്കിനു ലഘുലേഖകൾ വിതരണം ചെയ്യപ്പെട്ടു; മാർച്ചിൽ ആളുകളെ ചേർക്കുന്നതിനുള്ള നീക്കം ആരംഭിച്ചു. ഫെബ്രുവരി 21 നു മുംബൈയിലും മാർച്ച് 2 നു നാസിക്കിലും ലോങ് മാർച്ചിനു പ്രചരണം നല്കാനായി പത്രസമ്മേളനം നടത്തി.

ഒരു ചോദ്യം മിക്കപ്പോഴും ഉന്നയിക്കപ്പെട്ടു - ലോങ് മാർച്ചിനുവേണ്ട സംവിധാനങ്ങൾ ഒരുക്കുന്നതെങ്ങനെ? അരി, പരിപ്പ്, മുളക്, എണ്ണ, പാചകത്തിനുവേണ്ട വിറക് എന്നിവ ഗ്രാമങ്ങളിൽനിന്നു കർഷകർതന്നെ ശേഖരിക്കുകയുണ്ടായി; നിരവധി ടെംപോകളിലായി അവ നിറച്ചു. മാർച്ചുചെയ്യുന്നവർക്കു മുന്നിലാണ് ടെംപോകൾ പോകുക; ഓരോ ദിവസത്തെയും ഉച്ചഭക്ഷണത്തിനും രാത്രിഭക്ഷണത്തിനും നിശ്ചയിക്കപ്പെട്ട സ്ഥലങ്ങളിൽ വാളന്റിയർമാരെത്തി ഭക്ഷണം പാചകം ചെയ്യും; കർഷകമാർച്ച് അതാതിടത്ത് എത്തുമ്പോൾ വിളമ്പിക്കൊടുക്കുകയും ചെയ്യും. വഴിയിലുടനീളമുള്ള വിവിധ കേന്ദ്രങ്ങളിൽ വാടകയ്ക്കെടുത്ത വാട്ടർ ടാങ്കറുകൾ കുടിവെള്ളം എത്തിക്കുന്നതിനായി ഏർപ്പെടുത്തി. കിസാൻസഭ അനുഭാവികളായ ഡോക്ടർമാരുടെ ഒരു സംഘവും സി ഐ ടി യു അഫിലിയേഷനുള്ള മെഡിക്കൽ റെപ്രസന്റേറ്റീവ് യൂണിയൻ സമാഹരിച്ച അത്യാവശ്യ മരുന്നുകളും ഉള്ള ഒരു ആംബുലൻസും ലോങ് മാർച്ചിനൊപ്പം സഞ്ചരിക്കാൻ സജ്ജീകരിക്കപ്പെട്ടു. എ ഐ കെ എസ് സംസ്ഥാന ഭാരവാഹികളും നാസിക് ജില്ലാ ഭാരവാഹികളും നാസിക് മുതൽ മുംബൈ വരെ മൂന്ന് സ്ഥലപരിശോധനാ യാത്ര നടത്തി; ഉച്ചഭക്ഷണവും രാത്രിഭക്ഷണവും കഴിക്കുന്നതിനും രാത്രി വിശ്രമത്തിനുപറ്റിയ സ്ഥലങ്ങൾ നിശ്ചയിക്കുന്നതിനുമായിരുന്നു ഇത്. അതുതന്നെ കഠിനമായ ഒരു കടമയായിരുന്നു.

മാർച്ചിൽ പങ്കെടുക്കുന്നവർ ശരാശരി ഒരു ദിവസം കത്തിജ്ജ്വലിച്ചു നിൽക്കുന്ന വേനൽച്ചൂടിൽ 30-35 കിലോമീറ്റർ ദൂരം നടക്കണം; അവ

സാനദിവസത്തിനുമുമ്പത്തെ ദിവസം 43 കിലോമീറ്ററും പിന്നിടണം! കിസാൻസഭയുടെ എല്ലാ നേതാക്കളും മാർച്ചിലുടനീളം കർഷകർക്കൊപ്പം നടന്നു എന്നതും പറയാതിരിക്കാനാവില്ല.

മാർച്ചിൽ ആയിരക്കണക്കിനു സ്ത്രീകൾ പങ്കെടുത്തിരുന്നു. അവരുടെ മനക്കരുത്തും നിശ്ചയദാർഢ്യവും ആവേശകരമായിരുന്നു; വിനയാന്വിതരുമായിരുന്നു അവർ. നഗ്നപാദരായാണ്, മുറിവേറ്റ് ചോരയൊലിക്കുന്ന കാലുകളുമായാണ് പലരും നടന്നത്. ഈ സ്ത്രീകൾ പ്രത്യേകം ആദരിക്കപ്പെടേണ്ടവരും അഭിവാദ്യമർപ്പിക്കപ്പെടേണ്ടവരുമാണ്.

പ്രതിദിനം 35 കിലോമീറ്റർ എന്ന നിലയിൽ ഏഴ് ദിവസം പതിനായിരക്കണക്കിനു ദരിദ്രരും ഭൂരഹിതരുമായ കർഷകർ വിശ്രമരഹിതരായി കൊടുംചൂടിൽ അതും നൂറുകണക്കിനാളുകൾ നഗ്നപാദരായി മുറിവേറ്റു ചോരയൊലിക്കുന്ന കാലുകളുമായി ടാറിട്ട റോഡിൽ മാർച്ച് ചെയ്തത് രാഷ്ട്രത്തിന്റെ മനഃസാക്ഷിയെ ഇളക്കി മറിച്ചു. അവരുടെ ആവശ്യങ്ങൾ നേടുന്നതിനു പൊതുജന പിന്തുണ നേടുക മാത്രമല്ല ഇതുമൂലമുണ്ടായത്, മറിച്ച് ബി ജെ പി നേതൃത്വത്തിലുള്ള സംസ്ഥാന സർക്കാരിന്റെ നിർദ്ദയവും നിർവ്വികാരവുമായ നിലപാടിനെതിരെ ജനരോഷം ആളിക്കത്താനും അതിടയാക്കി. രാജ്യത്ത് നിലനില്ക്കുന്ന സാമ്പത്തിക അനീതിയെയും സാമൂഹിക അസമത്വത്തെയും കുറിച്ച് ജനങ്ങളെ ബോധവല്ക്കരിക്കാനും അത് സഹായകമായി. അനീതിക്കും അസമത്വത്തിനുമെതിരെ പൊരുതാൻ ഈ കാഴ്ച പലരെയും പ്രേരിപ്പിച്ചു.

കഠിനമായ ഈ മാർച്ചിനിടയിലും അതിനുശേഷം ഓരോ രാത്രിയിലും നൂറുകണക്കിനു സ്ത്രീ പുരുഷന്മാർ പാട്ടുപാടാനും തങ്ങളുടെ അപൂർവ്വമായ സംഗീതോപകരണങ്ങളുടെ താളത്തിനൊത്ത് നൃത്തം ചെയ്യാനും വേണ്ട ഊർജ്ജസ്വലതയും അവർ പ്രകടമാക്കി. സംസ്കാരം അവരുടെ ജീവിതത്തിന്റെ അവിഭാജ്യ ഭാഗമാണ്. ഈ ശാരീരിക വൈഷമ്യങ്ങളെല്ലാം ഉണ്ടായിട്ടും എല്ലാ രാത്രികളിലും പാട്ടിനും നൃത്തത്തിനും അവർ തയ്യാറായത് തീർച്ചയായും അഭിനന്ദനാർഹമാണ്; അത് മറ്റെല്ലാ പേരെയും ആവേശം കൊള്ളിച്ചു.

ജനങ്ങളിൽനിന്നും മാധ്യമങ്ങളിൽനിന്നും ലഭിച്ച ആവേശകരമായ പ്രതികരണം

ലോങ്മാർച്ചിനോട് വലിയ മതിപ്പും സ്നേഹവുമാണ് ജനങ്ങൾ പ്രകടിപ്പിച്ചത്. തൊഴിലാളി വർഗ്ഗത്തിൽനിന്നും ഇടത്തരക്കാരിൽ നിന്നുമുള്ള ആളുകൾ - ഹിന്ദുക്കൾ, മുസ്ലീങ്ങൾ സിഖുകാർ, ദളിതർ- മാർച്ചിനെ നിരവധി പ്രദേശങ്ങളിൽ രണ്ടു കൈയും നീട്ടി സ്വീകരിച്ചു. നൂറുകണക്കിന് ആളുകളുടെ സംഘങ്ങൾ - വൻ തോതിൽ യുവാക്കളും സ്ത്രീകളും ഉൾപ്പെടെ- മാർച്ചിൽ പങ്കെടുക്കുന്നവർക്ക് സൗകര്യമൊരുക്കാൻ

പാതയിലങ്ങോളമിങ്ങോളം വിവിധ കേന്ദ്രങ്ങളിൽ ഒത്തുകൂടി. അവർ പണമായും ഉല്പന്നങ്ങളായും കൈയയച്ച് സംഭാവന നല്കി. ഞങ്ങൾക്ക് വെള്ളവും സർബത്തും ബിസ്കറ്റും ഭക്ഷണവും പാദരക്ഷകൾ പോലും നല്കാനായി സാധാരണ ജനങ്ങൾ സ്വയം മുന്നോട്ടുവന്നു. ഇടതുപക്ഷ പ്രസ്ഥാനത്തിലെ എന്റെ 40 വർഷക്കാലത്തെ ജീവിതത്തിൽ, പിന്തുണയും ഐക്യദാർഢ്യവുമായി ജനങ്ങൾ സ്വമേധയാ ഇരച്ചുകയറിവരുന്ന ഒരനുഭവം ഒരിക്കലും എനിക്കുണ്ടായിട്ടില്ല എന്നു ഞാൻ സമ്മതിക്കുന്നു.

മുംബൈ നഗരത്തിൽ ഞങ്ങളെ കണ്ട സാധാരണക്കാരിൽ പലരും നിരവധി മാധ്യമപ്രവർത്തകരും പല പൊലീസുകാരും പോലും ഉൾപ്പെടെ – തങ്ങൾ എന്തുകൊണ്ട് ഐക്യദാർഢ്യം പ്രകടിപ്പിക്കുന്നുവെന്ന് ഞങ്ങളോട് വിശദീകരിച്ചു. അവർ പറഞ്ഞതിന്റെ രത്നച്ചുരുക്കമിതാണ്. ഞങ്ങളും കർഷകരുടെ മക്കളാണ്; ഞങ്ങളുടെ വേരുകളും ആണ്ടുകിടക്കുന്നത് ഗ്രാമങ്ങളിലാണ്; കർഷകരുടെ കഷ്ടപ്പാട് എന്തെന്ന് ഞങ്ങൾക്കറിയാം; അതുകൊണ്ടാണ് ഞങ്ങൾ നിങ്ങൾക്ക് പിന്തുണയുമായെത്തിയത്.

ലോങ്മാർച്ചിനു ലഭിച്ച ഏറ്റവും വലുതും ഏറ്റവുമധികം സ്വാഭാവികവുമായ സ്വീകരണം മുംബൈയിലെ ഘട്ക്കൊപ്പാറിലെ മാതാ രമാബായ് അംബേദ്കർ നഗറിലെ ദളിത് മേഖലയിലാണ്; 20 വർഷം മുമ്പ് ബി ജെ പി - ശിവസേന ഭരണത്തിൽ നടന്ന പൊലീസ് വെടിവയ്പിൽ 11 ദളിതർ കൊല്ലപ്പെട്ട അതേ പ്രദേശമാണിത്. മുംബൈയിലെ ചായക്കടക്കാരും തങ്ങളുടേതായ പങ്കുവഹിച്ചു. റായ്ഗഢ് ജില്ലയിലെ കർഷകർ പെസന്റ്സ് ആന്റ് വർക്കേഴ്സ് പാർട്ടിയുടെ നേതൃത്വത്തിൽ അരികൊണ്ടുള്ള 1.5 ലക്ഷം ഭക്രികളും ഉണക്കമത്സ്യവും മാർച്ചിന്റെ അവസാന ദിവസം ആസാദ് മൈതാനത്ത് കൊണ്ടു വന്നതായിരുന്നു ഏറ്റവും ഹൃദയാവർജ്ജകമായ അനുഭവം. മുംബൈയിലെയും താനെ - പാൽഘർജില്ലകളിലെയും സി ഐ ടി യുവും മഹിളാ അസോസിയേഷനും ഡി വൈ എഫ് ഐയും എസ് എഫ് ഐയും ലോങ്മാർച്ചിനു പിന്തുണയുമായി ജനങ്ങൾക്കിടയിൽ ക്യാമ്പയിൻ സംഘടിപ്പിച്ചു. എന്നാൽ ജനകീയ പ്രതികരണം അതിനെല്ലാം അപ്പുറമായിരുന്നു. ജനങ്ങളുടെ ഈ പ്രതികരണം മാർച്ചിൽ പങ്കെടുത്തവരുടെ നിശ്ചയദാർഢ്യത്തെ കൂടുതൽ കരുത്തുറ്റതാക്കി.

സി പി ഐ (എം) മഹാരാഷ്ട്ര സംസ്ഥാന കമ്മിറ്റി തുടക്കം മുതൽ തന്നെ ലോങ്മാർച്ചിനു പരിപൂർണ്ണ പിന്തുണ നല്കിയിരുന്നു. ലോങ് മാർച്ചിനു പൂർണ്ണ പിന്തുണ നല്കിയ മറ്റൊരു ഇടതുപക്ഷ പാർട്ടി പെസന്റ്സ് ആന്റ് വർക്കേഴ്സ് പാർട്ടിയാണ്. മാർച്ചിന്റെ തുടക്കത്തിൽ സി പി ഐ നേതാക്കൾ നാസിക്കിലെത്തി അഭിവാദ്യം ചെയ്തിരുന്നു. ബി ജെ പി ഒഴികെയുള്ള എല്ലാ രാഷ്ട്രീയ പാർട്ടികളും – കോൺഗ്രസ്,

എൻ സി പി, സമാജ്‌വാദി പാർട്ടി, ആംആദ്മി പാർട്ടി, എം എൻ എസ്, സംസ്ഥാന സർക്കാരിൽ ബി ജെ പിയുടെ കൂട്ടുകക്ഷിയായ ശിവസേന എന്നിവയെല്ലാം- കിസാൻ സഭാ ലോങ്മാർച്ചിന് പരസ്യമായി പിന്തുണ നല്കി; അവയുടെ ഉന്നത നേതാക്കൾ കുറച്ചു നേരം മാർച്ചിനൊപ്പം കൂടുകയോ രാത്രി ഷിയോണിൽ നിർത്തിയപ്പോൾ അവിടെയെത്തി തങ്ങളുടെ പിന്തുണ അർപ്പിക്കുകയോ ആസാദ് മൈതാനത്ത് മാർച്ച് സമാപിച്ചപ്പോൾ അവടെവന്നോ പിന്തുണ നല്കി. രാഷ്ട്രീയ വ്യത്യാസമെന്യേ പല വിഭാഗങ്ങളുടെയും അഭൂതപൂർവ്വമായ പിന്തുണയുടെ പ്രധാന കാരണം ജനങ്ങളുടെയും മാധ്യമങ്ങളുടെയും വൻതോതിലുള്ള പ്രതികരണമാണ്.

രാജ്യത്തുടനീളമുള്ള അച്ചടി, ഇലക്ട്രോണിക്, സോഷ്യൽ മാധ്യമങ്ങളെല്ലാം ശ്രദ്ധേയമായ ഒരു പങ്കുവഹിച്ചു. അവ കിസാൻ ലോങ്മാർച്ചിനെ ഉയർത്തിക്കാട്ടുക മാത്രമല്ല ചെയ്തത്, മറിച്ച് രാജ്യമാകെ പ്രസക്തമായ കടുത്ത കാർഷിക പ്രതിസന്ധിയെയും കർഷകരുടെ നീറുന്ന പ്രശ്നങ്ങളെയാകെയും ഉയർത്തിക്കാട്ടി. പതിനായിരക്കണക്കിനു കൃഷിക്കാർ മാർച്ചിന്റെ മൂന്നാം ദിവസം രാവിലെ ഇഗത്പുരിക്കടുത്ത് കാസറഘട്ടിന്റെ കുന്നിൽ നിന്നു മാർച്ച് ചെയ്തു വരുന്നത് ഡോ. അജിത് നവാലെ എടുത്ത വീഡിയോ, ഒരു വശത്ത് മനോഹരമായ മലനിരകളുടെയും മറുവശത്ത് താഴ്വരകളുടെയും ചോതോഹരമായ ദൃശ്യത്തോടുകൂടിയ ആ വീഡിയോയുടെ പ്രദർശനം മുതൽ അതു തുടങ്ങി. ചുവപ്പ് ബാനറുകൾ, ചെങ്കൊടികൾ, ചുവപ്പ് തൊപ്പികൾ, വലിയ അംഗസംഖ്യയുമെല്ലാം കൂടി മാധ്യമങ്ങളെ ശരിക്കും ഉണർത്തി. ആ വീഡിയോ സോഷ്യൽ മീഡിയയിൽ വൈറലായി. അതിനു ശേഷം ലോങ്മാർച്ചിന്റെ സമാപനം വരെ മുഖ്യധാര അച്ചടി- ഇലക്ട്രോണിക് മാധ്യമങ്ങളിൽ ഞങ്ങൾക്ക് വൻതോതിൽ കവറേജ് ലഭിക്കാൻ തുടങ്ങി.

വൈകാരികവും മനുഷ്യസ്നേഹപരവുമായ തീരുമാനം

അവസാന ദിവസം രാത്രിയും പകലും താനെ നഗരത്തിൽനിന്നും മാർച്ച് ആരംഭിച്ചു. മാർച്ച് 11 ന് രാവിലെ 11 മണിമുതൽ ദക്ഷിണ മുബൈയുടെ ഹൃദയഭാഗത്തെ ആസാദ് മൈതാനത്ത് അതെത്തിച്ചേർന്നു. മാർച്ച് 12 ന് രാവിലെ 6 മണി വരെ, നടക്കാൻ തീരുമാനിച്ചത് കിസാൻ സഭാ നേതൃത്വത്തിന്റെ വൈകാരികവും മനുഷ്യസ്നേഹപരവുമായ സമീപനമാണ് പ്രകടമാക്കിയത്. മാർച്ച് 12 നുണ്ടാകുമായിരുന്ന അനിവാര്യമായ ട്രാഫിക് കുരുക്ക് ഒഴിവാക്കാനായിരുന്നു ആ തീരുമാനം. മുംബൈയിലെ പതിനായിരക്കണക്കിനു എസ് എസ് സി വിദ്യാർത്ഥികൾക്ക് ഫൈനൽ ബോർഡ് പരീക്ഷ എഴുതാൻ ഒരു തടസ്സവും കൂടാതെ എത്താൻ ഈ തീരുമാനം സഹായിച്ചു; ഇത് അവരുടെ ജീവിതത്തിൽ വിലപ്പെട്ട ഒരു

മുകളിൽ: മാർച്ചിൽ പങ്കെടുത്തവർക്ക് ഒരു വോളന്റീയർ ഭക്ഷണം വിളമ്പുന്നു.

താഴെ: ഉച്ചഭക്ഷണം തയ്യാർ

വർഷം നഷ്ടപ്പെടാതിരിക്കാനിടയാക്കി. പതിനായിരക്കണക്കിനു കർഷകർ ജനാധിപത്യപരമായാണ് ഈ തീരുമാനം കൈക്കൊണ്ടത്; മുംബൈ നഗരത്തിലെ ഷിയോണിലെ സോമയ്യ മൈതാനത്ത് അവർ എത്തിച്ചേർന്ന മാർച്ച് 11 ന് രാത്രി ജെ പി ഗാവിത് മുന്നോട്ടു വെച്ച നിർദ്ദേശം അവർ ഒന്നടങ്കം കൈ പൊക്കി അംഗീകരിക്കുകയാണുണ്ടായത്. അവിസ്മരണീയമായ ഈ വാക്കുകളിൽ അവരുടെ വൈകാരികമായ മനോഭാവം പ്രകടമാകും – "ഞങ്ങൾ കുറച്ചുകൂടി കഷ്ടപ്പെടുന്നതുകൊണ്ട് ഒരു പ്രശ്നവുമില്ല, പക്ഷേ, മുംബൈയിലെ ഞങ്ങളുടെ കുട്ടികൾ കഷ്ടപ്പെടാൻ ഞങ്ങളൊരിക്കലും അനുവദിക്കില്ല." അവർ രാത്രി ഭക്ഷണം കഴിച്ചു; ഒന്നോ രണ്ടോ മണിക്കൂർ വിശ്രമിച്ചു; എന്നിട്ട് അർദ്ധരാത്രിക്കു ശേഷം മുംബൈയിലേക്കുള്ള അവരുടെ മാർച്ച് പുനരാരംഭിച്ചു; പ്രഭാതത്തിൽ തങ്ങളുടെ ലക്ഷ്യസ്ഥാനത്തെത്തി. ഈ മനോഭാവം മുംബൈയിലെ മാത്രമല്ല, രാജ്യത്തുടനീളമുള്ള ജനങ്ങളുടെയാകെ നിർലോഭമായ ആദരവ് ഈ മാർച്ചിനു നേടിക്കൊടുത്തു. ഇന്ത്യയിലെ പ്രമുഖരായ പല സെലിബ്രിറ്റികളും ഈ മനോഭാവത്തോടുള്ള തങ്ങളുടെ ആദരവ് പ്രകടമാക്കുകയുണ്ടായി.

ഗവണ്മെന്റ് മുട്ടുമടക്കി

ബി ജെ പി നേതൃത്വത്തിലുള്ള ഗവണ്മെന്റിനു മേൽ ഇതെല്ലാം വലിയ സമ്മർദ്ദം ചെലുത്തി. യഥാർത്ഥത്തിൽ, മാർച്ച് 11 വരെ, ലോങ് മാർച്ചിന്റെ നിർണ്ണായകമായ ആ ദിവസംവരെ ലോങ് മാർച്ചുകാരുമായി ബന്ധപ്പെടാൻ സംസ്ഥാന ഗവണ്മെന്റ് ആലോചിച്ചിരുന്നതേയില്ല; അന്നാണ് സംസ്ഥാന ജലസേചന മന്ത്രി ഗിരീഷ് മഹാജൻ മാർച്ചിനിടയിലെത്തി നേതാക്കളെ കാണുകയും അവർ ആവശ്യങ്ങളടങ്ങിയ നിവേദനം അദ്ദേഹത്തിനു കൈമാറുകയും ചെയ്തത്. മാർച്ച് തുടങ്ങുന്നതിനു മുൻപ്, ആദ്യം ഗവണ്മെന്റ് മാർച്ചിന്റെ വലിപ്പത്തെക്കുറിച്ച് വേണ്ടത്ര ഗൗരവത്തിലെടുത്തില്ല. പിന്നീട്, കർഷക ജനസാമാന്യത്തിന്റെ ലോങ്മാർച്ചിനോടുള്ള ജനങ്ങളുടെയും മാധ്യമങ്ങളുടെയും അഭൂതപൂർവ്വമായ പ്രതികരണമാണ് ഗവണ്മെന്റിന്റെ നിലപാടിൽ മാറ്റം വരുത്തിയത്; ഈ പ്രതികരണം അവർ പ്രതീക്ഷിച്ചതേയില്ല; അതവരെ ഞെട്ടിക്കുകയും ചെയ്തു.

മാർച്ച് 12 ന് മുഖ്യമന്ത്രി ദേവേന്ദ്രഫഡ്നാവിസും മന്ത്രിമാരായ ചന്ദ്രകാന്ത് പാട്ടീലും ഗിരീഷ് മഹാജനും ഏകനാഥ് ഷിൻഡെയും പാണ്ഡുരംഗ ഫണ്ട്ക്കാറും സുഭാഷ്ദേശ്മുഖും വിഷ്ണു സാവ്റയും വിവിധ ഡിപ്പാർട്ടുമെന്റുകളിലെ ഒരു കൂട്ടം ഉന്നത ഉദ്യോഗസ്ഥർക്കൊപ്പം വിധാൻ ഭവനിൽ കിസാൻ സഭാ നേതാക്കളുമായി മൂന്ന് മണിക്കൂർ നീണ്ട ചർച്ച നടത്തി. പ്രതിപക്ഷ നേതാക്കളായ രാധാകൃഷ്ണ വിഖേ പാട്ടീൽ

(കോൺഗ്രസ്), ധനഞ്ജയ മുണ്ടെ, അജിത് പവാർ, സുനിൽ താത്ക്കറെ (എൻ സി പി) എന്നിവരും പങ്കെടുത്തിരുന്നു.

കിസാൻ സഭയുടെ സമരത്തെ ഉടനീളം സഹായിച്ച പി ഡബ്ല്യൂ പി ജനറൽ സെക്രട്ടറി ജയന്ത് പാട്ടീലും ജനതാദൾ (ശരത് യാദവ് ഗ്രൂപ്പ്) സംസ്ഥാന പ്രസിഡന്റ് കപിൽ പാട്ടീൽ എം എൽ സിയും ചർച്ചാ വേളയിൽ സന്നിഹിതരായിരുന്നു.

ഡോ. അശോക് ധാവ്ളെ, ജെ പി ഗാവിത്, സി ഐ ടി യു മുൻ സംസ്ഥാന പ്രസിഡന്റും മുൻ എം എൽ എയുമായ നരസയ്യ ആദം, കിസാൻ ഗുജാർ, ഡോ. അജിത് നവാലെ, സുഭാഷ് ചൗധരി, സാവ്ലിറാം പവാർ, സുനിൽ മാലുസരേ, ഇർഫാൻ ഷെയ്ഖ്, രത്തൻ ബുദ്ധാർ, ബാർക്യാ മങ്കട്ട്, രാധ്ക കലജ്ഡ, ഉമേഷ് ദേശ്മുഖ്, സിദ്ധപ്പ കാൽഷെട്ടി, വിലാസ് ബാബർ, ഡി വൈ എഫ് ഐ സംസ്ഥാന വൈസ് പ്രസിഡന്റ് ഇന്ദ്രജിത് ഗാവിത് എന്നിവർ ഉൾപ്പെടുന്നതായിരുന്നു കിസാൻ സഭാ പ്രതിനിധി സംഘം. കർഷകത്തൊഴിലാളി യൂണിയൻ സംസ്ഥാന നേതാവ് മനോഹർ മുളേയ്, സി ഐ ടി യു സംസ്ഥാന നേതാവ് വിനോദ് നിക്കോളെ എന്നിവർക്കൊപ്പം ലോങ്മാർച്ചിലുടനീളം യഥാർത്ഥത്തിൽ നടന്ന എ ഐ കെ എസിന്റെ സംസ്ഥാന ഭാരവാഹികളാണിവർ.

ഇപ്പോഴത്തെ ഗവണ്മെന്റിൽനിന്ന് മുൻപ് പലവട്ടം ഉണ്ടായിട്ടുള്ള തിക്താനുഭവങ്ങളുടെ വെളിച്ചത്തിൽ, ഔദ്യോഗികമായി രേഖാമൂലമുള്ള ഉറപ്പുകൾ കൂടാതെ ഈ സമരത്തിൽനിന്നു പിന്മാറില്ലെന്നു തുടക്കം മുതൽ തന്നെ കിസാൻ സഭ വ്യക്തമായ നിലപാടെടുത്തു. എല്ലാ ഡിമാന്റുകളിലും രേഖാമൂലമുള്ള ഉറപ്പുകൾ ചർച്ച കഴിഞ്ഞ് ഒരു മണിക്കൂറിനുള്ളിൽ സംസ്ഥാന ഗവണ്മെന്റിന്റെ ചീഫ് സെക്രട്ടറിയുടെ ഒപ്പോടു കൂടി നല്കപ്പെട്ടു. സംസ്ഥാന ഗവണ്മെന്റിലെ മൂന്നു മന്ത്രിമാർ - ബി ജെ പിയിലെ ചന്ദ്രകാന്ത പാട്ടീലും ഗിരീഷ് മഹാജനും ശിവസേനയിലെ ഏകനാഥ് ഷിൻഡെയും - ആസാദ് മൈതാനത്തെ വിജയാഘോഷ റാലിയിൽ നേരിട്ടു പങ്കെടുക്കുകയും ചർച്ചയിൽ എത്തിചേർന്ന കരാർ നടപ്പാക്കുമെന്ന് പ്രതിജ്ഞയെടുക്കുകയും ചെയ്തു. അപ്പോൾ യോഗം ചേരുകയായിരുന്ന സംസ്ഥാന നിയമസഭയുടെ മേശപ്പുറത്ത് ചർച്ചയിലുണ്ടാക്കിയ കരാർ മുഖ്യമന്ത്രി തന്നെ വയ്ക്കണമെന്ന ആവശ്യത്തിൽ കിസാൻ സഭ ഉറച്ചു നിന്നു. അതനുസരിച്ച് മാർച്ച് 13 ന് മുഖ്യമന്ത്രി സഭയുടെ മേശപ്പുറത്ത് കരാർ വച്ചു.

വനാവകാശ നിയമം നടപ്പാക്കൽ, നാസിക്, പാൽഘർ, താനെ ജില്ലകളിലെ ഗോത്രവർഗ്ഗക്കാരെ പ്രതികൂലമായി ബാധിക്കുന്ന നദീബന്ധന നിർദ്ദേശം; കർഷക കടങ്ങൾ എഴുതിത്തള്ളൽ, ആദായ വില ഉറപ്പാക്കാനുള്ള സംവിധാനം, ക്ഷേത്രഭൂമി നിക്ഷിപ്തമാക്കൽ, മേച്ചിൽപ്പുറങ്ങളിലെ വീടുകൾ ചട്ടപ്രകാരമാക്കൽ, അനുമതി കൂടാതെ ഭൂമി ഏറ്റെടുക്കുന്നത്,

*മുകളിൽ: സൊമയ്യാ ഗ്രൗണ്ടിൽ ഒരു ഡോക്ടർ
മൊബൈൽ ക്ലിനിക് തയ്യാറാക്കുന്നു.
താഴെ: ആസാദ് മൈദാനിയിലേക്ക് ഒരു രാത്രിയാത്ര*

അവസാനിപ്പിക്കൽ, വാർദ്ധക്യകാല പെൻഷൻ വർദ്ധന, കീടബാധമൂലം പരുത്തികൃഷി വൻനാശം നേരിടുന്ന വിദർഭ, മറാത്‌വാഡ മേഖലകളിലെ ലക്ഷക്കണക്കിനു കർഷകർക്ക് നഷ്ടപരിഹാരം എന്നിത്യാദി വിഷയങ്ങളിൽ എ ഐ കെ എസിന്റെ ഡിമാന്റുകൾ അംഗീകരിച്ച് ഗവൺമെന്റ് സമയബന്ധിതമായി നടപ്പാക്കുമെന്ന് ഉറപ്പാക്കുന്നതാണ് കരാർ. മഹാരാഷ്ട്ര സംസ്ഥാന ഗവണ്മെന്റും മഹാരാഷ്ട്ര സംസ്ഥാന കിസാൻ സഭയും മാർച്ച് 12 ന് എത്തിച്ചേർന്ന കരാർ സി പി ഐ (എം) പ്രസിദ്ധീകരണങ്ങളായ *പീപ്പിൾസ് ഡെമോക്രസി*യിലും *ലോക് ലഹറി*ലും പ്രസിദ്ധീകരിച്ചിട്ടുണ്ട്.

ഇടിമുഴക്കം പോലെ ഒരു വിജയാഘോഷ റാലി

മുംബൈയിലെ ആസാദ് മൈതാനത്ത് 50,000 ത്തിലധികം കർഷകർ പങ്കെടുത്ത ഇടിമുഴക്കം പോലുള്ള വിജയാഘോഷറാലിയെ മാർച്ച് 12 ന് വൈകുന്നേരം സി പി ഐ (എം) ജനറൽ സെക്രട്ടറി സീതാറാം യെച്ചൂരി, സി പി ഐ (എം) സംസ്ഥാന സെക്രട്ടറി നരസയ്യ ആദം, പി ഡബ്ല്യു പി ജനറൽ സെക്രട്ടറി ജയന്ത് പാട്ടീൽ, ജനതാദൾ (ശരദ് യാദവ് ഗ്രൂപ്പ്) സംസ്ഥാന പ്രസിഡന്റ് കപിൽ പാട്ടീൽ, മുൻ എ ഐ കെ എസ് പ്രസിഡന്റ് അമ്രാറാം, എ ഐ കെ എസ് ജോയിന്റ് സെക്രട്ടറിമാരായ കെ കെ രാഗേഷ്, വിജുകൃഷ്ണൻ (മാർച്ചിൽ ആദ്യ രണ്ടു ദിവസം പങ്കെടുത്തു); പ്രസിദ്ധ പത്ര പ്രവർത്തകൻ പി സായ്നാഥ്, സി പി ഐ (എം) കേന്ദ്ര കമ്മിറ്റി അംഗം മഹേന്ദ്ര സിങ്, മഹിളാ അസോസിയേഷൻ ജനറൽ സെക്രട്ടറി മറിയം ധാവ്ളെ, വൈസ് പ്രസിഡന്റ് സുധ സുന്ദരരാമൻ, സി ഐ ടി യു വൈസ് പ്രസിഡന്റ് ഡോ. ഡി എൽ കാരാഡ്, ലോങ് മാർച്ചിന്റെ നേതാക്കളായ എ ഐ കെ എസ് പ്രസിഡന്റ് ഡോ. അശോക് ധാവ്ളെ, മുൻ സംസ്ഥാന പ്രസിഡന്റ് ജെ പി ഗാവിത്, സംസ്ഥാന പ്രസിഡന്റ് കിസാൻ ഗുജാർ, സംസ്ഥാന ജനറൽ സെക്രട്ടറി ഡോ. അജിത് നവാലെ എന്നിവർ അഭിസംബോധന ചെയ്തു. അന്നു പകൽ എ ഐ കെ എസിന്റെയും സി ഐ ടി യുവിന്റെയും കർഷക തൊഴിലാളി യൂണിയന്റെയും മഹിളാ അസോസിയേഷന്റെയും ഡി വൈ എഫ് ഐയുടെയും എസ് എഫ് ഐയുടെയും മറ്റു നേതാക്കളും പിന്തുണ നല്കിയ വിവിധ രാഷ്ട്രീയ പാർട്ടികളുടെയും സംഘടനകളുടെയും നേതാക്കളും വ്യക്തികളും അഭിവാദ്യം ചെയ്തു.

മാർച്ച് 12 ന് രാത്രിയോടെ എല്ലാ കർഷകരും മുംബൈയിൽ നിന്നു മടങ്ങി; ഈ വിജയം സൃഷ്ടിച്ച അളവറ്റ ആത്മവിശ്വാസത്തോടെ, ഈ സമരത്തെ പൂർണ്ണമായും പിന്തുണച്ച രാജ്യത്തെയും സംസ്ഥാനത്തെയും മുംബൈ നഗരത്തിലെയും ജനങ്ങൾക്ക് അഗാധമായ നന്ദി രേഖപ്പെടുത്തിയുമാണ് അവർ നഗരം വിട്ടത്. ഈ ലോങ് മാർച്ചിനോടുള്ള രാജ്യവ്യാപകമായ പൊതുജന പ്രതികരണം മഹാരാഷ്ട്ര സംസ്ഥാന

കിസാൻ സഭയുടെ കൂട്ടായ നേതൃത്വത്തിൻ കീഴിൽ പതിനായിരക്കണക്കിന് കർഷകർ നടത്തിയ അഭൂതപൂർവവും ഊർജ്ജസ്വലവും സമാധാനപരവും ജനാധിപത്യപരവുമായ സമരത്തോടുള്ള നന്ദി പ്രകടനമായിരുന്നു.

ഒരങ്കം ജയിച്ചു; മുന്നിൽ ഇനിയും പോരാട്ടങ്ങൾ

ഭൂ അവകാശം, വായ്പ എഴുതിത്തള്ളൽ, ആദായ വില, പെൻഷൻ എന്നിങ്ങനെയുള്ള കേന്ദ്രത്തിലെയും സംസ്ഥാനത്തെയും ബി ജെ പി നേതൃത്വത്തിലുള്ള ഗവണ്മെന്റുകളുടെ നവലിബറൽ നയങ്ങൾക്കെതിരായ തികച്ചും പ്രത്യക്ഷത്തിലുള്ള ഡിമാന്റുകളാണെന്ന വസ്തുതയുടെ പ്രതിഫലനം കൂടിയാണ് ഈ വമ്പിച്ച പ്രതികരണത്തിൽ കാണുന്നത്; ഇവ ഇന്ത്യയിലെ കർഷക ജനസാമാന്യത്തിന്റെയാകെ ഡിമാന്റുകളുമാണെന്നതാണ് യാഥാർത്ഥ്യം, ഇന്ത്യയിലുടനീളം പൊട്ടിപ്പുറപ്പെടുന്ന കർഷകരുടെ പ്രക്ഷോഭത്തിന്റെ അവിഭാജ്യ ഭാഗവുമാണ് ലോങ് മാർച്ച്. കിസാൻ സഭയുടെ നേതൃത്വത്തിൽ രാജസ്ഥാനിലും രാജ്യത്തിന്റെ ഇതര ഭാഗങ്ങളിലും വമ്പിച്ചതും കരുത്തുറ്റതുമായ കർഷക സമരങ്ങളാണ് നാം കാണുന്നത്. ഭൂമി അധികാർ ആന്ദോളൻ, അഖിലേന്ത്യാ കിസാൻ സംഘർഷ കോ ഓർഡിനേഷൻ കമ്മിറ്റി കഴിഞ്ഞ നവംബറിൽ ഡൽഹിയിൽ സംഘടിപ്പിച്ച കിസാൻ സൻസദ്, മഹിളാ കിസാൻ സൻസദ് എന്നിങ്ങനെ വിശാലമായ വേദികൾ നയിക്കുന്ന പ്രധാന സംയുക്ത പ്രക്ഷോഭങ്ങളാണ് നാമിന്ന് കാണുന്നത്.

രാജ്യമാസകലം ഈ പോരാട്ടം വ്യാപിപ്പിക്കാനും തീവ്രമാക്കാനുമാണ് ഇപ്പോൾ എ ഐ കെ എസ് കേന്ദ്രകിസാൻ കമ്മിറ്റി തീരുമാനിച്ചിരിക്കുന്നത്. കടം എഴുതിത്തള്ളൽ, ആദായ വില, ഭൂ അവകാശങ്ങൾ, പെൻഷൻ, സമഗ്ര വിള ഇൻഷുറൻസ് എന്നിവ ആവശ്യപ്പെട്ട് ഇന്ത്യയിലുടനീളമുള്ള എല്ലാ പൗരന്മാരുടെയും കർഷകരുടെയും 10 കോടി ഒപ്പു ശേഖരിക്കുന്നതിനുള്ള അഭൂതപൂർവമായ ഒരു ക്യാമ്പയിൻ നടത്താനും ഞങ്ങൾ തീരുമാനിച്ചിരിക്കുകയാണ്. 2018 ആഗസ്ത് 9 ന് ക്വിറ്റ് ഇന്ത്യാ പ്രസ്ഥാനത്തിന്റെ 76-ാമത് വാർഷിക വേളയിൽ ഈ ഒപ്പുകൾ രാജ്യത്തെ ഓരോ ജില്ലാ കളക്ടർക്കും ലക്ഷക്കണക്കായ കർഷകർ നല്കും; തുടർന്ന് ഈ ആവശ്യങ്ങളുയർത്തി സമാധാനപരവും ജനാധിപത്യപരവുമായി ജയിൽ ഭരാവോ (ജയിൽ നിറയ്ക്കൽ) പ്രക്ഷോഭം നടത്തും. മുദ്രാവാക്യങ്ങൾ ഇവയാണ്: കൊള്ളക്കാരായ ബ്രിട്ടീഷ് സാമ്രാജ്യത്വവാദികളോട് മഹാത്മാഗാന്ധി പറഞ്ഞതുപോലെ ക്വിറ്റ് ഇന്ത്യ (ഇന്ത്യ വിടുക), രാജ്യത്തെ കൃഷിക്കാർ മോദി നയിക്കുന്ന കർഷക വിരുദ്ധ, കോർപറേറ്റ് പക്ഷ, വർഗ്ഗീയവാദി, ജാതിവാദി, വിഭാഗീയ ബി ജെ പി ഗവണ്മെന്റിനോട് പറയുന്നതും ഇന്ത്യ വിടുക എന്നാണ്!

ആസാദ് മൈദാൻ: കർഷകർ നാസിക്കിലേക്കുള്ള
രാത്രി ട്രെയിനിലേക്കു യാത്രയാവുന്നു.

2018 സെപ്തംബർ 5 ന് സി ഐ ടി യുവും എ ഐ കെ എസും കർഷക തൊഴിലാളി യൂണിയനും സംയുക്തമായി ഡൽഹിയിൽ രാജ്യ വ്യാപകമായ മസ്ദൂർ- കിസാൻ റാലി സംഘടിപ്പിക്കുക എന്നതാണ് മറ്റൊരു പ്രധാന തീരുമാനം. തൊഴിലാളി- കർഷക ഐക്യത്തിനായുള്ള പ്രധാന ചുവടുവയ്പാണിത്.

ഈ ലോങ് മാർച്ചിന്റെ മറ്റൊരു നിർണ്ണായക നേട്ടം ഒരു വർഗ്ഗമെന്ന നിലയിൽ ജാതി, മത, വംശ വ്യത്യാസങ്ങൾക്കുപരിയായി ഒരുമിച്ച് നിന്ന് കർഷക ജനത പൊരുതി എന്നതാണ്. ഈ പോരാട്ടത്തോടുള്ള വമ്പിച്ച ജനകീയ ഐക്യദാർഢ്യവും ഈ വേലിക്കെട്ടുകളെയെല്ലാം പൊളിച്ചടുക്കുന്നതാണ്. അവസാന വിശകലനത്തിൽ, വർഗ്ഗ സമരവും വർഗ്ഗ ഐക്യദാർഢ്യവും മാത്രമാണ് വർഗ്ഗീയതയുടെയും ജാതീയതയുടെയും ഇരുണ്ട ശക്തികളെ ചെറുത്തു തോല്പിക്കാനുള്ള ഒരേയൊരു വഴി എന്ന് ഇത് വെളിപ്പെടുത്തുന്നു.

ഒരങ്കം ജയിച്ചിരിക്കുന്നു; എന്നാൽ ഭാവി പോരാട്ടങ്ങൾ നമ്മെ മാടി വിളിക്കുന്നു. ഈ വിജയത്തിനു ശേഷം രാജ്യത്തുടനീളം ഇനിയും കൂടുതൽ നിശ്ചയദാർഢ്യത്തോടെ, കൂടുതൽ സമ്പൂർണ്ണമായി അങ്കങ്ങൾ പൊരുതേണ്ടതുണ്ട്.

*മുകളിൽ: കിസാൻ ഗുജാർ നാസിക്കിലെ
സി ബി എസ് ചൗക്കിലേക്കു വിരൽ ചൂണ്ടുന്നു.
താഴെ: അജിത് നൊവാലെ കൽവാനിൽ
കിസാൻ വിജയ് മാർച്ചിൽ സംസാരിക്കുന്നു.*

മുകളിൽ: മാർച്ചിനു മുമ്പായി ജെ പി ഗാവിൻ കർഷകരോട് സംസാരിക്കുന്നു.
താഴെ: കർഷകർ കിസാൻ വിജയ് മാർച്ചിന് കൽവാനിലേക്കു വരുന്നു.

മുന്നിൽ ഇനിയും എണ്ണമറ്റ പോരാട്ടങ്ങൾ

സുധൻവ ദേശ്പാണ്ഡെ

"ഈ കുടിൽ താങ്കൾ കണ്ടോ? ഇവിടംമുതൽ എല്ലാം ഞങ്ങളുടെ ഭൂമിയാണ്." കിസാൻ ഗുജാറിന്റെ വാക്കുകളാണിത്.[1]

ഞങ്ങൾ ഒരു കാറിലാണ് സഞ്ചരിച്ചിരുന്നത്; അശോക് ധാവ്‌ളെയ്ക്ക് അല്പം വിശ്രമം നല്കാനായി ഞാനായിരുന്നു വണ്ടിയോടിച്ചത്. സമയം സന്ധ്യ കഴിയുകയാണ്; ഞങ്ങൾ കൽവാനിൽനിന്നു മടങ്ങുകയാണ്. ഞങ്ങൾക്കൊപ്പം സോഷ്യൽ മീഡിയ ടീമിലെ പ്രസാദുമുണ്ട്. നേരത്തെ പകൽസമയത്ത് 200 കി.മീ കാറോടിച്ചാണ് ഞങ്ങൾ ഇവിടെ എത്തിയത്; ഏറെ സമയവും കാറോടിച്ചിരുന്നത് അശോകായിരുന്നു.

"എവിടെ വരെ" ഞാൻ ചോദിച്ചു.

---

1. 2018 മാർച്ച് 6 മുതൽ 12 വരെ നടന്ന, നാസിക്കിൽനിന്ന് മുംബൈയിലേക്കുള്ള ഐതിഹാസികമായ കിസാൻ ലോങ് മാർച്ചിന്റെ തുടർച്ച എന്ന നിലയിൽ ഏപ്രിൽ 2 ന് ഗുജറാത്ത് അതിർത്തിയോട് ചേർന്ന് നാസിക്കിൽനിന്ന് വടക്ക് എഴുപത് കിലോമീറ്ററോളം അകലെയുള്ള കൽവാനിൽ കിസാൻ വിജയ് മാർച്ച് നടത്താൻ അഖിലേന്ത്യാ കിസാൻ സഭ ആഹ്വാനം ചെയ്തിരുന്നു. ഞാൻ മുൻപൊരിക്കലും കർഷകരുടെ ഒരു റാലിയിൽ പങ്കെടുത്തിട്ടുണ്ടായിരുന്നില്ല (ഡൽഹിയിൽ വരുന്നവയൊഴികെ); എന്നാൽ ലോങ് മാർച്ച് വളരെയേറെ ആവേശകരമായിരുന്നതുകൊണ്ട്, അതുമായി താദാത്മ്യം പ്രാപിക്കുന്നതിന്റെ ഒരനുഭവം ലഭിക്കണമെന്ന് ഞാനാഗ്രഹിച്ചു. ഈ മാർച്ചിനു നേതൃത്വം നല്കിയ സംഘാടകരെക്കുറിച്ച് പഠിക്കണമെന്ന് എനിക്ക് പ്രത്യേക താല്പര്യമുണ്ടായിരുന്നു. അവരിൽ ഒരാളെ എനിക്കറിയാം - അശോക് ധാവ്‌ളെ. രണ്ടു പതിറ്റാണ്ടിലേറെയായി അദ്ദേഹം എന്റെ സുഹൃത്തും സഖാവുമാണ്. ഞാനിവിടെ പരാമർശിക്കുന്ന മറ്റു മൂന്നു നേതാക്കളും - ജീവ പാണ്ഡു ഗാവിത്, കിസാൻ ഗുജാർ, അജിത് നവാലെ - എനിക്കറിയാവുന്നവരാണ്; എന്നാൽ അവരുമായി യഥാർത്ഥത്തിൽ മുൻപ് ആശയവിനിമയം നടത്തിയിട്ടില്ല. ആയതിനാൽ ഇത് ഒരെളിയ ദൃക്സാക്ഷി വിവരണത്തിനപ്പുറമൊന്നുമല്ല.

"കുന്നിലേക്കുള്ള വഴിയാകെ" ചക്രവാളത്തിലേക്ക് ചൂണ്ടിക്കൊണ്ട് ഗുജാർ പറഞ്ഞു.

"ഓ അങ്ങനെയോ?" പക്ഷേ, സംഭവമെന്തെന്ന് എനിക്ക് മനസ്സിലായില്ല. "ഞങ്ങളുടെ ഭൂമി" എന്നതുകൊണ്ട് അദ്ദേഹം എന്താണർത്ഥമാക്കുന്നത്?

എന്റെ ആശയക്കുഴപ്പത്തെക്കുറിച്ച് അശോകിനു പിടികിട്ടി, "ഇതെല്ലാം തന്നെ ആദിവാസി കർഷകർ കൃഷി ചെയ്തിരുന്ന വനഭൂമിയാണ്; അത് കൈവശം വെക്കാനാണ് കിസാൻ സഭ അവർക്ക് കരുത്തു നല്കിയത്." ഇടതുപക്ഷത്തുനിന്നുള്ള നിരന്തര സമ്മർദ്ദത്തിന്റെ ഫലമായി ഒന്നാം യുപിഎ ഗവൺമെന്റ് പാസാക്കിയ വനാവകാശ നിയമം (FRA) ആദിവാസികൾ തലമുറകളായി കൃഷിചെയ്തിരുന്നു ഭൂമിക്കുമേലുള്ള അവകാശം അവർക്ക് നല്കുന്നതിനുള്ള വഴി തുറക്കുന്നത് അനായാസമാക്കി. ഞങ്ങൾ കാറോടിക്കവെ തന്നെ പല പാടങ്ങളിലും കുടിലുകളിലും ഇലക്ട്രിക് പോസ്റ്റുകളിലും മരങ്ങളിലുമെല്ലാം ചെങ്കൊടി പാറിപ്പറക്കുന്നത് ഞാൻ കാണുകയുണ്ടായി. അതിന്റെ അർത്ഥമെന്തെന്ന് ഇപ്പോൾ എനിക്കു മനസ്സിലായി.

മിക്കവാറും പാടങ്ങളിലൊന്നും കാര്യമായ പണിയൊന്നും നടക്കുന്നില്ല; ഉണങ്ങി വരണ്ട് തരിശായി കിടക്കുകയാണെന്നു തോന്നുന്നു. അവിടെയുമിവിടെയുമായി മുന്തിരി കൃഷി ചെയ്തിരിക്കുന്നതായും കണ്ടു. നിരവധി വർഷങ്ങൾക്കുമുൻപ് അവിടെ നിരവധി മുന്തിരിത്തോട്ടങ്ങളും വീഞ്ഞു നിർമ്മാണശാലകളും ആ പ്രദേശത്ത് കണ്ടിരുന്നു. ഏറ്റവും മികച്ച ഇന്ത്യൻ വീഞ്ഞ് നാസിക് പ്രദേശത്തുനിന്നുള്ളതായിരുന്നു. ചില സ്ഥലങ്ങളിൽ വിളവെടുത്ത ഉള്ളി കൂട്ടിയിട്ടിരിക്കുന്നതും ഞാൻ കണ്ടു. ഇത് ഉള്ളികൃഷി ചെയ്യുന്ന പ്രദേശവുമാണ്.

"കച്ചവടക്കാർ ഉള്ളിക്ക് കൃഷിക്കാർക്ക് 1000 രൂപ മാത്രമാണ് നല്കുന്നത്; ആറുമാസത്തോളം ചീത്തയാകാതിരിക്കുന്ന ഇനമാണെങ്കിൽ പോലും ഇത്രയേ വില നല്കൂ" ഗുജാർ വിശദീകരിക്കുന്നു. "അവരിത് സൂക്ഷിച്ചുവയ്ക്കും. ശീതകാലമാകുമ്പോഴേ പുറത്തിറക്കൂ. അപ്പോൾ വിപണിയിൽ ഉള്ളിലഭ്യത കുറയും; അവർക്ക് ആളുകളുടെ കഴുത്തറുക്കാം. കൃഷിക്കാരന് ഒന്നും കിട്ടില്ല. കഴിഞ്ഞ വർഷം കച്ചവടക്കാർ വില 400 രൂപയോളമായി താഴ്ത്തി. വില്ക്കുന്നതിനേക്കാൾ കൃഷിക്കാർക്ക് ഉള്ളിയാകെ നശിപ്പിച്ചുകളയുന്നതാണ് നല്ലതെന്നു വന്നു. കച്ചവടക്കാർ കോൺഗ്രസിനോടും ബി ജെ പിയോടുമൊക്കെയാണ്. കൃഷിക്കാർ നമുക്കൊപ്പവും."

രാവിലെ ഞങ്ങൾ പ്രധാന ഹൈവേ വഴിയാണ് വന്നത്; കൃഷിക്കാർ കൂട്ടംകൂട്ടമായി കിസാൻ വിജയ് മാർച്ചിൽ പങ്കെടുക്കാൻ പോകുന്നത് വഴിയിലുടനീളം ഞങ്ങൾ കണ്ടു. കൽവാൻ പട്ടണമാകെ ചുവന്നിരുന്നു. എവിടെ നോക്കിയാലും രക്തപതാകമാത്രം. ചുവപ്പ് ചുവരെഴുത്തുകൾ. ചുവപ്പ് തൊപ്പികൾ. റാലി കഴിഞ്ഞശേഷം ഗുജാർ ഞങ്ങളെ തീരെ

ചെറിയ, വളഞ്ഞുപുളഞ്ഞ, വർണ്ണാഭമായ ഒരു റോഡിലൂടെയാണ് തിരികെ കൊണ്ടുപോന്നത്; കാരണം പ്രധാന റോഡിൽ നമ്മുടെ ആളുകളെക്കൊണ്ട് നിറഞ്ഞിരിക്കുന്നതിനാൽ വലിയ ട്രാഫിക് ബ്ലോക്കായിരിക്കും എന്നാണ് അദ്ദേഹം പറഞ്ഞത്.

അജിത് നവാലെ മറ്റൊരു കാറിൽ ഞങ്ങളുടെ പിന്നാലെ വരുന്നുണ്ടായിരുന്നു. അതുകൊണ്ട് അദ്ദേഹം ഞങ്ങൾക്കൊപ്പമെത്താനായി ഇടയ്ക്കിടെ ഞങ്ങൾക്ക് വണ്ടി നിർത്തേണ്ടതുണ്ടായിരുന്നു. ഇടയ്ക്ക് വണ്ടി നിർത്തുന്നതിൽ എനിക്ക് ബുദ്ധിമുട്ടുണ്ടായിരുന്നില്ല; എന്നാൽ അതെന്തിനെന്നതിൽ ആശ്ചര്യം തോന്നി. കാരണം അജിത്തിനൊപ്പം നാട്ടുകാരനായ ഒരു കൃഷിക്കാരനുണ്ടായിരുന്നു; അപ്പോൾ പിന്നെന്തിനു ഞങ്ങൾ നിർത്തണമെന്ന് അയാൾ ആവശ്യപ്പെടുന്നു എന്നായിരുന്നു എന്റെ സംശയം.

“ഇത് ഒരു പതിവ് വഴിയല്ല”, ഗുജാർ പറഞ്ഞു: “എല്ലാ തിരിവുകളും മിക്ക ആളുകൾക്കും അറിയില്ല”.

എനിക്കതിൽ ഒരു പ്രശ്നവുമില്ല. ചുറ്റുപാടും മനസ്സിലാക്കാനും ആളുകളുമായി സംസാരിക്കാനും എനിക്ക് ഇത് അവസരമായി. അജിത്താകട്ടെ മെല്ലെയാണ് കാറോടിച്ചിരുന്നത്. ഒടുവിൽ ഞങ്ങൾ നാഷണൽ ഹൈവേ 160 ൽ എത്തിയപ്പോൾ രാത്രിയായിക്കഴിഞ്ഞു. “ഇനി നമുക്ക് അയാൾക്കായി നിർത്തേണ്ടതില്ല,” ഗുജാർ പറഞ്ഞു. “ഇനി വേഗത കൂട്ടാം” അയാൾ എന്നോട് നിർദ്ദേശിച്ചു.

“ഗാവിത്തിനും ഗുജാറിനും ഈ പ്രദേശം നന്നായി അറിയാം,” അശോക് എന്നോട് പറഞ്ഞു.

“നിങ്ങൾക്കറിയുമോ, ഡോക്ടർ” ഗുജാർ അശോകിനോടായി പറഞ്ഞു. “നമ്മൾ ഒളിവിൽ പോകേണ്ടിവരുമ്പോൾ നിങ്ങളെല്ലാം പിടിക്കപ്പെടും. ഞാനൊഴികെ. പൊലീസുകാർക്കറിയാത്ത സ്ഥലങ്ങളും വഴികളും പോലും എനിക്കറിയാം.”

“പിന്നീട്, രാത്രി ഭക്ഷണത്തിനായി ഹൈവേയിൽ ഒരിടത്ത് ഞങ്ങൾ വണ്ടി നിർത്തിയപ്പോൾ, ഗുജാർ അജിത്തിനെ ചെറുതായൊന്നു കളിയാക്കി; തന്റെ “കാളവണ്ടി”യിൽ അജിത് ഞങ്ങൾക്കൊപ്പം എത്തിയല്ലോ എന്നായിരുന്നു കളിയാക്കിയത്. അജിത് ചിരിച്ചു. “സഖാവ് ഗുജാറിനൊപ്പം എവിടെ പോയാലും ഓരോ തവണയും ഞാൻ പുതിയൊരു വഴി പഠിക്കും,” അജിത് എന്നോട് പറഞ്ഞു. “അത് മാപ്പിൽ എവിടെയാണെന്ന് ഞാൻ നോക്കാറില്ല. എനിക്ക് ഗൂഗിളിലും ഗുജാറിലും വിശ്വാസമുണ്ട്. അവർക്ക് നന്നായി അറിയാം.”

*****

ശാന്തമായ ഒന്നായിരുന്നു റാലി. 25,000 ത്തിനും 30,000 ത്തിനും ഇടയ്ക്ക് കർഷകർ അതിൽ പങ്കെടുത്തതായിട്ടാണ് ലോക്കൽ പൊലീസുകാരുടെ കണക്ക് എന്നാണ് ഗുജാർ പിന്നീട് ഞങ്ങളോട് പറഞ്ഞത്. കർഷകർ മാർച്ച് ചെയ്തപ്പോൾ എനിക്ക് കാണാൻ കഴിഞ്ഞത് ഒരു

മുകളിൽ: മാർച്ച് ആരംഭിക്കുന്നതിനായി കാത്തുനില്ക്കുന്നു
താഴെ: കിസാൻ വിജയ് മാർച്ച് കൽവാനിൽ ഒരു ചുവപ്പു നദിയായി

ചുവപ്പു നദി ഒഴുകുന്നതായാണ്. കിസാൻ സഭ ഒരു വലിയ പന്തലിട്ടിരുന്നു; അതിന്റെ ഒരു വശത്ത് ഒരു സ്റ്റേജും ഒരുക്കിയിരുന്നു. റാലിയിൽ പങ്കെടുത്ത എല്ലാവരെയും ഉൾക്കൊള്ളാൻ പന്തലിൽ ഇടമില്ലായിരുന്നു; അതിനാൽ അവർ പന്തലിനുചുറ്റും തിങ്ങിനിറഞ്ഞുനിന്നു. നൂറുകണക്കിനാളുകൾ പന്തലിനു പിന്നിൽ നിന്നു; അവരിൽ ഏറെപ്പേരും കടുത്ത വെയിലത്തായിരുന്നു. പിന്നെയും നൂറുകണക്കിനാളുകൾ, ആയിരക്കണക്കിനുമാകാം, പ്രധാന റോഡിൽ തന്നെ കുത്തിയിരുന്നു; അവിടെ ഇരുന്നാൽ അവർക്ക് സ്റ്റേജ് കാണാനാകുമായിരുന്നില്ല; മൈക്കുണ്ടായിരുന്നതിനാൽ പ്രസംഗങ്ങൾ കേൾക്കാനാകുമായിരുന്നു. പന്തലിന്റെ ഇടതുവശത്തും വലതുവശത്തുമെല്ലാം ചെറിയൊരു പഴുതെങ്കിലുമുള്ളിടത്തെല്ലാം കർഷകർ തിങ്ങിനിറഞ്ഞു നിന്നു.

ചൂടുള്ള ഒരു ദിവസമായിരുന്നു അത്; എന്നാൽ കൊടും ചൂടുണ്ടായിരുന്നില്ലെന്നുമാത്രം. 30 ഡിഗ്രിയെങ്കിലുമുണ്ടാകും എന്ന് ഞാൻ ഊഹിച്ചു. പന്തൽ സൂര്യനെ ഒന്നു മറച്ചു. എന്നാൽ അപ്പോഴും അവിടെ നല്ല ചൂടുണ്ടായിരുന്നു. എല്ലാ വശത്തും കെട്ടിടങ്ങളായതിനാൽ കാറ്റു കടക്കാൻ വഴിയുണ്ടായില്ല; പോരെങ്കിൽ ആയിരക്കണക്കിനാളുകൾ തിങ്ങിനിറഞ്ഞിരിക്കുകയുമാണ്. പന്തലിനു പുറത്ത് ആളുകൾ ചിലപ്പോൾ വെയിലത്തും ചിലപ്പോൾ തണലിലുമാണ്; സൂര്യൻ ഏത് സ്ഥാനത്തായിരിക്കും എന്നതിനെ ആശ്രയിച്ചായിരുന്നു അത്.

പന്തലിനുള്ളിൽ കൃഷിക്കാർ, സ്ത്രീകളും പുരുഷന്മാരും ചെറുപ്പക്കാരും വൃദ്ധരുമെല്ലാം നേതാക്കളുടെ പ്രസംഗങ്ങൾ ഒച്ചയുണ്ടാക്കാതെ ശ്രദ്ധയോടെ കേട്ടുകൊണ്ടിരിക്കുകയായിരുന്നു. കൃഷിക്കാരുടെ ധീരതയെയും നിശ്ചയദാർഢ്യത്തെയും പ്രശംസിച്ചുകൊണ്ടാണ് ഓരോ പ്രാസംഗികനും തന്റെ പ്രസംഗം ആരംഭിച്ചത്. എല്ലാവരും ആവർത്തിച്ചു പറഞ്ഞപോലെ അവർ യഥാർത്ഥത്തിൽ ധീരനായകർ തന്നെയാണ്. പ്രാസംഗികർ തമാശ പൊട്ടിക്കുമ്പോഴെല്ലാം അവിടെ ചിരി മുഴങ്ങിയിരുന്നു. ചിലപ്പോൾ അവർ കരഘോഷം മുഴക്കി പ്രഖ്യാപനങ്ങൾക്ക് പിന്തുണ നല്കി. നിരവധി പ്രാസംഗികരുണ്ടായിരുന്നു; റാലി നാലുമണിക്കൂറോളം നീണ്ടു. എന്നിട്ടും, യോഗം അവസാനിക്കുന്നതുവരെയും ഒരാൾപോലും ശ്രദ്ധ തിരിക്കുന്നതോ പിരിഞ്ഞുപോകുന്നതോ ഞാൻ കണ്ടില്ല. റാലി ആരംഭിച്ചശേഷം മൂന്നു മണിക്കൂറോളം പന്തലിനുപുറത്ത് ആ പ്രദേശത്താകെ ഞാൻ ചുറ്റിനടന്നു. സ്റ്റേജ് കാണാൻ കഴിയാത്ത പിന്നിൽപോലും കൃഷിക്കാർ നിശ്ശബ്ദരായിരുന്നു അതീവശ്രദ്ധയോടെ പ്രസംഗങ്ങൾ കേൾക്കുകയായിരുന്നു.

ലോങ് മാർച്ചിൽ എ ഐ കെ എസിന്റെ സുപ്രധാന സഖ്യകക്ഷികളിലൊന്ന് ഭാരതീയ ഷേത്ക്കാരി കാംഗാർ പക്ഷ (പെസന്റ്സ് ആന്റ് വർക്കേഴ്സ് പാർടി ഓഫ് ഇന്ത്യ - PWP) ആയിരുന്നു. മഹാരാഷ്ട്ര ലെജിസ്ലേറ്റീവ് കൗൺസിൽ അംഗമായ ജയന്ത് പാട്ടീലാണ് ആ പാർട്ടിയുടെ ജനറൽ സെക്രട്ടറി. ത്രിപുര നിയമസഭാ തിരഞ്ഞെടുപ്പിൽ വിജയിച്ച

തോടെ ചെങ്കൊടിയെ തുടച്ചുനീക്കിക്കഴിഞ്ഞു എന്നു ചിന്തിക്കുന്ന ബി ജെ പിയുടെ അഹന്തയെക്കുറിച്ച് പാട്ടീൽ പരാമർശിച്ചു. "ഇങ്ങോട്ടൊന്നു വരൂ; ഇതൊന്നു കാണൂ" അദ്ദേഹം ഗർജ്ജിച്ചു. "ഇവിടെ ദാ ഒരു ചെങ്കട ലാണിത്," ഒരു സൂചന ലഭിച്ചതു പോലെ നൂറുകണക്കിനു ചെമ്പതാക കൾ വീശാനാരംഭിച്ചു. "ഞങ്ങൾ ഹൃദയത്തിൽ പേറുന്ന ലെനിന്റെ പ്രതി ച്ഛായ ഇല്ലാതാകുമെന്ന് നിങ്ങൾ കരുതുന്നുണ്ടോ? ആലിബാഗിൽ (മും ബൈക്കടുത്ത് റായ്ഗഢ് ജില്ല. ഇതാണ് പി ഡബ്ല്യു പിയുടെ ശക്തികേ ന്ദ്രം) ഞങ്ങൾ ലെനിന്റെ പ്രതിമ സ്ഥാപിക്കും; ഇതു ചെയ്യുന്നതിൽ ഞങ്ങൾക്കൊപ്പം ചേരാൻ എല്ലാ രാഷ്ട്രീയ പാർട്ടികളോടും ഞങ്ങൾ ആവശ്യപ്പെടും. ലെനിന്റെ ഒരു പ്രതിമ തകർത്തുകൊണ്ട് എത്രയധികം പ്രതിമകളാണ് ഉയർന്നു വരാൻ അവർ സഹായിച്ചത് എന്നവർക്കറി യില്ല."

ലോങ് മാർച്ചിന്റെ സമ്മർദ്ദത്തിന്റെ ഫലമായി കടം എഴുതിത്തള്ളു ന്നതു സംബന്ധിച്ച് നേടിയെടുത്ത പ്രധാന വിട്ടുവീഴ്ചകളെക്കുറിച്ച് മഹാ രാഷ്ട്ര സംസ്ഥാന കിസാൻ സഭയുടെ ചെറുപ്പക്കാരനായ, തീപ്പൊരി യായ ജനറൽ സെക്രട്ടറി അജിത് നവാലെ വിശദീകരിച്ചു. 2001-09 കാലത്തെ കടങ്ങൾ എഴുതിത്തള്ളാൻ ഗവൺമെന്റ് മുൻപ് തയ്യാറായി രുന്നില്ല എന്നദ്ദേഹം കർഷകരോട് പറഞ്ഞു; ഇപ്പോൾ ഗവൺമെന്റ് അതിനു തയ്യാറാകാൻ നിർബ്ബന്ധിതമായി. മാത്രമല്ല, 2016-17 ലേക്കുകൂടി കടം എഴുതിത്തള്ളൽ വ്യാപിപ്പിച്ചു. ഗവണ്മെന്റ് മുൻപ് അടിച്ചേല്പിച്ചതും ഇപ്പോൾ അവർ നീക്കം ചെയ്തതുമായ നിരവധി ദുസ്സഹമായ വ്യവ സ്ഥകളെക്കുറിച്ച് അദ്ദേഹം അക്കമിട്ട് വിശദീകരിച്ചു.

ലോങ് മാർച്ചിന്റെ പ്രാമുഖ്യത്തെക്കുറിച്ചും പ്രാധാന്യത്തെക്കുറിച്ചും സംസാരിച്ച അഖിലേന്ത്യാ കിസാൻ സഭയുടെ അദ്ധ്യക്ഷൻ അശോക് ധാവ്ളെ ധാരണയിലെത്തിയ നിരവധി ഡിമാന്റുകളുടെ വിശദാംശങ്ങ ളെക്കുറിച്ചും വ്യക്തമാക്കി. അദ്ദേഹം അധികമായി മൂന്നു കാര്യങ്ങൾ കൂടി കൂട്ടിച്ചേർത്തു. ഒന്ന്, പുതിയ കരട് വനനയത്തിൽ വനങ്ങൾക്കായി ഒരു പി പി പി മോഡൽ നിർദ്ദേശിച്ചതിലൂടെ മോദി ഗവൺമെന്റ് വനാവ കാശനിയമത്തിലെ വ്യവസ്ഥകളിൽ വെള്ളം ചേർക്കുകയാണ് . ഇതി നർത്ഥം, ലളിതമായി പറഞ്ഞാൽ, വനങ്ങളുടെസ്വകാര്യവല്ക്ക രണമെന്നാണ്; വനങ്ങളെ ക്രൂരമായ ചൂഷണത്തിനും കൊള്ളയടിക്കലി നുമായി തുറന്നു കൊടുക്കുമെന്നാണ്. രണ്ട്, പട്ടികജാതി - പട്ടികവർഗ്ഗ ങ്ങൾക്ക് നേരെയുള്ള അതിക്രമങ്ങൾ തടയുന്ന നിയമത്തിലെ വ്യവസ്ഥ കളിൽ സുപ്രീം കോടതി വെള്ളം ചേർത്തതെങ്ങനെയെന്നും അത് സംര ക്ഷിക്കാൻ ഗവൺമെന്റ് ഒന്നും ചെയ്തില്ലെന്നും അദ്ദേഹം വിശദീകരിച്ചു. ഗവണ്മെന്റ് നിലപാടിനെ അദ്ദേഹം അപലപിച്ചു; അന്ന് രാജ്യമാകെ നടന്ന പ്രതിഷേധങ്ങൾക്ക് പൂർണ്ണ പിന്തുണ നല്കുകയും ചെയ്തു. കൃഷിക്കാ രിൽ വളരെ വലിയൊരു വിഭാഗം ഗോത്രവർഗ്ഗക്കാരായതിനാൽ ഇത് അവരെ നേരിട്ടു ബാധിക്കുന്നതാണ്. മൂന്നാമതായി, അദ്ദേഹം ഭാവി

പ്രക്ഷോഭ പരിപാടികളുടെ രൂപരേഖ അവതരിപ്പിച്ചു. കർഷകരുടെ അടിസ്ഥാന ആവശ്യങ്ങൾ ഉന്നയിച്ച് 10 കോടി ഒപ്പുശേഖരിക്കാനും ഇത് ഗവൺമെന്റിനു നല്കാനും എ ഐ കെ എസ് തീരുമാനിച്ചതായി അദ്ദേഹം കർഷകരോട് പറഞ്ഞു. 1942 ലെ ക്വിറ്റ് ഇന്ത്യ പ്രസ്ഥാനത്തിന്റെ വാർഷികദിനമായ ആഗസ്ത് 9 ന് രാജ്യത്തുടനീളം ലക്ഷക്കണക്കിനു കർഷകർ കൂട്ട അറസ്റ്റു വരിക്കും. നമ്മുടെ രാജ്യത്തിന്റെ ചരിത്രത്തിലെ ഏറ്റവും കടുത്ത കർഷകവിരുദ്ധ ഗവൺമെന്റായ നരേന്ദ്ര മോദിയുടെ ബി ജെ പി ഗവൺമെന്റിനോട് ഇന്ത്യ വിടാൻ (Quit India) അവർ ആവശ്യപ്പെടും.

നിസ്സംശയമായും ഈ പ്രക്ഷോഭത്തിലെ താരം ജെ പി ഗാവിത്താണ്. ഏഴുതവണ തുടർച്ചയായി നിയമസഭാംഗമായ ആളാണദ്ദേഹം (ഇപ്പോഴും അദ്ദേഹം എംഎൽഎ ആണ്); മഹാരാഷ്ട്ര സംസ്ഥാന കിസാൻ സഭയുടെ മുൻ പ്രസിഡന്റുമാണ് അദ്ദേഹം. അദ്ദേഹം അവസാനമാണ് സംസാരിച്ചത്; ഒരു മണിക്കൂറോളം സമയമെടുത്തു. വനാവകാശ നിയമം നടപ്പാക്കുന്നതിലെ പ്രായോഗിക വശങ്ങളുടെ വിശദാംശങ്ങൾ വിശദീകരിക്കുന്നതിനാണ് അദ്ദേഹം തന്റെ പ്രസംഗത്തിലെ ഏറിയ സമയവും ചെലവഴിച്ചത്. അത് ചരിത്രവിജയമായിരിക്കെതന്നെ, അതീവ ജാഗ്രത പാലിക്കേണ്ടതുമുണ്ട് എന്ന് അദ്ദേഹം പറഞ്ഞു. ഈ ഗവൺമെന്റിന്റെയും മുൻ ഗവൺമെന്റുകളുടെയും ട്രാക്റിക്കാർഡിൽ നല്ലതൊന്നും പറയാനില്ല. കൃഷിക്കാർ വീണ്ടും വീണ്ടും വഞ്ചിക്കപ്പെടുകയാണ്. അണ്ടിയോടടുക്കുമ്പോഴാണല്ലോ മാങ്ങയുടെ പുളിയറിയുന്നത്. നിങ്ങളുടെ ആവശ്യങ്ങൾ പരിഗണിക്കാൻ നിങ്ങൾ ഗവണ്മെന്റിനെ നിർബ്ബന്ധിതമാക്കി, അദ്ദേഹം കൃഷിക്കാരോട് പറഞ്ഞു; പക്ഷേ, സമരം നടത്താതെ സുഗമമായി അത് നടപ്പാക്കപ്പെടും എന്നു കരുതണ്ട. സദാ ജാഗ്രത; സദാ സമരസജ്ജരായിരിക്കുക!

ഇതിനു നാം എല്ലാ ഗ്രാമങ്ങളിലും കിസാൻ സഭ കെട്ടിപ്പടുക്കേണ്ടതാവശ്യമാണെന്നും അദ്ദേഹം പറഞ്ഞു. മെമ്പർഷിപ്പ് ചേർക്കുന്നതിലും വില്ലേജ് കമ്മിറ്റികൾ സംഘടിപ്പിക്കുന്നതിലും പൂർണ്ണമായും ശ്രദ്ധ കേന്ദ്രീകരിക്കാൻ അവിടെ കൂടിയിരുന്നവരോടാകെ അദ്ദേഹം ആവശ്യപ്പെട്ടു. ശക്തമായ ഒരു സംഘടന കൂടാതെ ഒരു സമരവും സാദ്ധ്യമല്ല. സമരം ചെയ്യാതെ വിജയവും അസാദ്ധ്യമാണ്.

മറ്റുചില പ്രാസംഗികരുമുണ്ടായിരുന്നു. അവരെല്ലാം ചുരുക്കം ചില വാക്കുകളിൽ തങ്ങളുടെ പ്രസംഗം ഒതുക്കി. അവരെല്ലാം തന്നെ കർഷകരുടെ ചരിത്രവിജയത്തിൽ അവരെ അഭിനന്ദിച്ചു. സംസാരിച്ചവരിൽ പ്രമുഖരായവർ ഇവരാണ്: മഹാരാഷ്ട്ര സംസ്ഥാന കിസാൻ സഭ പ്രസിഡന്റായ കിസാൻ ഗുജാർ; താനെ-പാൽഘർ ജില്ല കിസാൻ സഭ പ്രസിഡന്റ് രത്തൻ ബുധാർ, നാസിക് ജില്ലാ കിസാൻസഭ പ്രസിഡന്റ് സാവ്ലിറാം പവാർ, സി ഐ ടി യു മഹാരാഷ്ട്ര സംസ്ഥാന പ്രസിഡന്റ് ഡോ. ഡി എൽ കാരാട്, മഹാരാഷ്ട്ര സംസ്ഥാന കിസാൻ സഭ

യുടെ ജോയിന്റ് സെക്രട്ടറി സുനിൽ മാലു സെരേയാണ് യോഗനടപടികൾ നിയന്ത്രിച്ചത്.

ഞാൻ മുൻപു പറഞ്ഞതുപോലെ ആർഭാടരഹിതമായ ഒരു സംഭവമായിരുന്നു അത്. ഇടയ്ക്കിടെയുള്ള പടക്കം പൊട്ടിക്കലും വെടിക്കെട്ടുമൊഴിച്ചാൽ പൊതുവിൽ ഈ റാലി ഒരു ജനറൽ ബോഡി യോഗത്തെയാണ് ഓർമ്മിപ്പിച്ചത്. സംസ്ഥാന ഗവൺമെന്റുമായുള്ള അനുരഞ്ജന ചർച്ചയിൽ അംഗീകരിക്കപ്പെട്ട കാര്യങ്ങൾ സംബന്ധിച്ച സൂക്ഷ്മവിവരങ്ങളെക്കുറിച്ചും എന്തുകൊണ്ട് സർക്കാർ ഒത്തുതീർപ്പിനു തയ്യാറായി എന്നതിനെക്കുറിച്ചും നേതാക്കൾ കർഷകരോട് റിപ്പോർട്ടുചെയ്യുന്നതായാണ് തോന്നിയത്.

കൃഷിക്കാരുടെ പ്രതിനിധി സംഘവുമായി കരാറിൽ ഒപ്പിടാൻ മുഖ്യമന്ത്രിയെ കിട്ടാത്തതെന്തുകൊണ്ടെന്നാണ് അശോകും ഗാവിത്തും വിശദീകരിച്ചത്. അവർ പറഞ്ഞു, മുഖ്യമന്ത്രിമാർ വരും, പോകും. മുൻ ഗവൺമെന്റിന്റെ വാക്കുകളിൽ നിന്ന് പിന്നോട്ടു പോകൽ ഒരു ഗവൺമെന്റിനെ സംബന്ധിച്ചിടത്തോളം അനായാസമായിരിക്കും. സ്ഥിരമായി തുടരുന്നത് ബ്യൂറോക്രസിയാണ്. മഹാരാഷ്ട്ര ചീഫ് സെക്രട്ടറി ഒപ്പിട്ട കരാറിൽ ഉറച്ചുനില്ക്കാൻ ഉദ്യോഗസ്ഥ മേധാവികൾ തീരുമാനിച്ചിരിക്കുകയാണ്; അടുത്തദിവസം തന്നെ നിയമസഭയുടെ മേശപ്പുറത്ത് വയ്ക്കണമെന്നും അവർ ആവശ്യപ്പെട്ടു. കർഷകപ്രക്ഷോഭത്തിനുപിന്നിൽ വമ്പിച്ച ജനമുന്നേറ്റം ഉണ്ടെന്നിരിക്കെ, ഗവൺമെന്റിനുമുന്നിൽ ഇതംഗീകരിക്കുകയല്ലാതെ മറ്റു പോംവഴികളൊന്നുമില്ല.

കോൺഗ്രസ്, എൻ സി പി, എം എൻ എസ് എന്നീ പ്രതിപക്ഷ പാർട്ടികൾ മാത്രമല്ല, ഗവൺമെന്റിന്റെ ഭാഗമായ ശിവസേനപോലും കിസാൻ ലോങ് മാർച്ചിനു പിന്തുണ നല്കിയിരുന്നുവെന്നതാണ് മറ്റൊരു വിഷയം. എല്ലാ കൃഷിക്കാരെയും ബാധിക്കുന്നതാണ് അതിലെ ഡിമാന്റുകളെന്നിരിക്കെ, നമ്മുടെ ഡിമാന്റുകൾക്ക് എല്ലാ പാർട്ടികളുടെയും പിന്തുണ ആവശ്യമുണ്ടെന്ന് ഞങ്ങൾ കരുതി. ആയതിനാൽ എല്ലാവരുടെ പിന്തുണയെയും ഞങ്ങൾ സ്വാഗതം ചെയ്തു; പക്ഷേ അതിനെ മാത്രം ആശ്രയിച്ചിരുന്നുമില്ല.

കർഷകരുടെ ആവശ്യങ്ങൾ അവരുടേതുമാത്രമല്ല. അവ സമൂഹത്തിന്റെയാകെ ആവശ്യങ്ങളാണ്.

*****

ഇത് പരിഗണിക്കുക. ഫെബ്രുവരി 16 നാണ് ലോങ് മാർച്ച് നടത്താനുള്ള തീരുമാനമെടുത്തത്; കേവലം 16 ദിവസത്തിനുശേഷം മാർച്ച് 6 ന് അതാരംഭിച്ചു.

മറ്റെല്ലാത്തിനുമുപരിയായി ലോങ് മാർച്ച് സംഘടനാപരമായി ഒരു മഹാത്ഭുതമായിരുന്നു. മുംബൈയിൽനിന്ന് കൽവാനിലേക്കുള്ള യാത്രാമദ്ധ്യേ ഉച്ചയ്ക്കുമുൻപ് ഞങ്ങൾ ഇറത്പുരിയിൽ കാർ നിർത്തി; അവിടെ മാർച്ചിന്റെ രണ്ടാം ദിവസം രാത്രിയിൽ അവർ തങ്ങിയ ഹൈവേയോട്

മുകളിൽ: കിസാൻ ലോങ് മാർച്ച് -
റോഡിൽ അങ്ങിങ്ങ് കാണുന്ന ശിലാലിഖിതം
താഴെ: ജഗത്പുരി മാർച്ചിൽ പങ്കെടുത്തവർ
ഒരു രാത്രി തങ്ങിയ തുറന്ന പ്രദേശം (ഹൈവേക്കു സമീപം)

ചേർന്നുള്ള സ്ഥലം അശോകും പ്രസാദും എനിക്ക് കാണിച്ചു തന്നു. ഓരോ ദിവസവും തങ്ങൾക്ക് നടക്കാനാവുന്ന ദൂരം കണക്കാക്കാനും എവിടെയാണ് കുളിക്കാനും ഭക്ഷണം കഴിക്കാനും വിശ്രമിക്കാനും മറ്റും തങ്ങേണ്ടതെന്ന് നിശ്ചയിക്കാനുമായി കിസാൻ ഗുജാറും സുനിൽ മാലുസരേയും മറ്റു ചില സഖാക്കളും മൂന്നു തവണ ഈ വഴിയിലൂടെ സൂക്ഷ്മ നിരീക്ഷണം നടത്തി സഞ്ചരിച്ചു (നിശ്ചയമായും ഇത് വാഹനത്തിലായിരുന്നു).

500 കൃഷിക്കാരടങ്ങിയ ഒരു ഗ്രൂപ്പിനോട് തങ്ങളുടെ ധാന്യവും എണ്ണയും മറ്റു പലവ്യഞ്ജനങ്ങളും ഒന്നിച്ചുകൂട്ടി വയ്ക്കാൻ അവർ ആവശ്യപ്പെട്ടു. അവയത്രയും ടെംപോകളിൽ കയറ്റി വച്ചു; അത് മാർച്ചുചെയ്യുന്നവർക്ക് മുൻപായി സഞ്ചരിച്ചു. മാർച്ചുചെയ്യുന്നവർ വിശ്രമസങ്കേതത്തിൽ എത്തുന്ന നേരത്ത്, ടെംപോകൾ ക്യാംപ് സംഘടിപ്പിച്ചിരിക്കും; വളന്റിയർമാർ കല്ലുകൊണ്ടുണ്ടാക്കിയ താല്ക്കാലിക അടുപ്പുകളിൽ ഭക്ഷണം പാകം ചെയ്തിട്ടുണ്ടാകും. അവർ തങ്ങൾക്കാവശ്യമായ വിറകുംകൊണ്ടു വന്നിരുന്നു; വഴിയിൽ കാണുന്ന ഒന്നും നശിപ്പിക്കാതിരിക്കാനാണിത്.

വിശദാംശങ്ങളിൽ വരെ കണ്ണെത്തുന്ന ഒരാളാണ് ഗുജാർ. അവർ പലവ്യഞ്ജനങ്ങളും വിറകുമെല്ലാം ഒപ്പം കൊണ്ടുപോയിരുന്നു; എന്നാൽ മുംബൈയിൽ എത്തിയാൽ അടുപ്പുണ്ടാക്കുന്നതിനുള്ള കല്ലുകൾ അവർക്ക് എവിടെനിന്നു കിട്ടും? അതുകൊണ്ട് തങ്ങൾക്കുവേണ്ട കല്ലുകളും ഒപ്പം കൊണ്ടു പോകണമെന്ന് തീരുമാനിക്കപ്പെട്ടു. കൽവാൻ വിജയ് മാർച്ചിൽ, ഗാവിത് ഇതെല്ലാം വിസ്തരിച്ച് അവതരിപ്പിക്കുന്നതിനിടയിൽ, “നിങ്ങൾ കല്ലുകൾകൂടി കൊണ്ടുവരണമെന്ന് ഞങ്ങൾ പറഞ്ഞപ്പോൾ ഞങ്ങൾക്ക് വട്ടുപിടിച്ചോയെന്ന് നിങ്ങൾ കരുതിക്കാണും. എന്നാൽ മുംബൈയിൽ എത്തിക്കഴിഞ്ഞപ്പോൾ അതിബുദ്ധിയായി എന്നു തോന്നിയിട്ടുമുണ്ടാവും അല്ലേ” എന്ന് പറഞ്ഞപ്പോൾ സദസ്സിലുണ്ടായിരുന്ന പലരും തലകുലുക്കുന്നതും പുഞ്ചിരിക്കുന്നതും ഞാൻ കണ്ടു.

മുംബൈ നഗരവാസികളിൽ നിന്നു ലഭിച്ച സ്നേഹം നിറഞ്ഞ സ്വീകരണത്തെയും ഒഴുകിയെത്തിയ പിന്തുണയെയുംകുറിച്ച് അദ്ദേഹം സവിസ്തരം പ്രതിപാദിച്ചു. ചില പ്രത്യേക ദൃഷ്ടാന്തങ്ങൾ തന്നെ ചൂണ്ടിക്കാണിക്കുകയുണ്ടായി - ഡോക്ടർമാർ മരുന്നുകളുമായെത്തി സൗജന്യ ചികിത്സാക്യാമ്പുകൾ സംഘടിപ്പിച്ചത്. ഹിന്ദുക്കളും മുസ്ലീങ്ങളും സിഖുകാരും ദളിതരും മുംബൈയിലെ പ്രമുഖരായ ചില ദാബവാലകർപോലും (ഹോട്ടൽ നടത്തുന്നവർ) വന്നു ഭക്ഷണം വിളമ്പിയത്, സ്വന്തം കാശുമുടക്കി ഒരു പൊലീസുകാരൻ 50 ബക്കറ്റുകൾ വിതരണം ചെയ്തത്. അങ്ങനെ പലതും. മാർച്ച് ചെയ്ത് എത്തിയവരെ മാധ്യമങ്ങൾ ഒന്നടങ്കം എങ്ങനെ പിന്തുണച്ചുവെന്നും അവരെ സംബന്ധിച്ചിടത്തോളം ഈ പിന്തുണ എത്രത്തോളം നിർണ്ണായകമായിരുന്നുവെന്നും അദ്ദേഹം പറഞ്ഞു.

മാർച്ചിന്റെ അവസാനദിവസം (മാർച്ച് 12) മുംബൈയിൽ പത്താം ക്ലാസിന്റെ പൊതു പരീക്ഷ (Board Exam) നടക്കുകയായിരുന്നു. കൃഷിക്കാർ നടക്കുന്നത് പകലാണെങ്കിൽ ട്രാഫിക് തടസ്സമുണ്ടാകുമെന്നുറപ്പാണ്, അത് വഴിയിലുടനീളം ഗതാഗതക്കുരുക്ക് ഉണ്ടാക്കും. ആയിരക്കണക്കിന് വിദ്യാർത്ഥികളെ അത് പ്രതികൂലമായി ബാധിക്കുമായിരുന്നു. എന്തു ചെയ്യണമെന്നതിനെക്കുറിച്ച് അവർ തീരുമാനമെടുത്ത ആ നിമിഷത്തെക്കുറിച്ച് അശോക് പറഞ്ഞു. മാർച്ച് 10 ന് അഞ്ചാം ദിവസം, ഏറ്റവുമധികം ദൂരം പിന്നിട്ടു - 43 കിലോമീറ്റർ. മാർച്ച് 11 ന് വീണ്ടും 25 കി.മീ കൂടി നടന്നു. എല്ലാവരും തളർന്നവശരായി. പല കർഷകരുടെയും കാലുകൾ നീരുവന്നു വീർത്തു. വിണ്ടു കീറി. ചിലരെ നിർജ്ജലീകരണം ബാധിച്ചു. എന്നിട്ടും, സ്ഥിതിഗതിയെക്കുറിച്ച് ഗാവിത് വിശദീകരിച്ചപ്പോൾ അവർ ഒറ്റക്കെട്ടായി ഒരുമനസ്സോടെ ആ 40,000 പേരും രാത്രിയും തുടർച്ചയായി നടക്കാനുള്ള സന്നദ്ധത അറിയിച്ചുവെന്ന് അശോക് അനുസ്മരിച്ചു. അങ്ങനെ സ്കൂൾ കുട്ടികൾ വീട്ടിൽനിന്നിറങ്ങുന്നതിനു മുമ്പുതന്നെ അതിരാവിലെ അവർ ആസാദ് മൈതാനത്ത് എത്തിച്ചേർന്നു.

ഇനിയുമുണ്ട് ഉള്ളുലയ്ക്കുന്ന വിശദാംശങ്ങൾ ഒട്ടനവധി. മാർച്ച് ചെയ്ത് കൃഷിക്കാർ ആസാദ് മൈതാനത്ത് എത്തിയപ്പോൾ, അവിടെ മൂന്ന് ട്രക്കുനിറയെ ഭക്രിയും (ജോവറോ ബജ്റയോ അരിയോകൊണ്ടുണ്ടാക്കുന്ന കട്ടിയുള്ള ഉണക്കറൊട്ടി) ഉണക്ക മത്സ്യവും എത്തിയിരിക്കുന്നതാണ് അവർ കണ്ടത്. റായ്ഗഡ് ജില്ലയിൽനിന്നുള്ള പെസന്റ്സ് ആന്റ് വർക്കേഴ്സ് പാർട്ടി അംഗങ്ങളുടെ സംഭാവന ആയിരുന്നു അത്. പി ഡബ്ല്യു പി അംഗങ്ങൾ ധാന്യവും മത്സ്യവും ശേഖരിച്ചു. മാർച്ച് ചെയ്തെത്തുന്ന കൃഷിക്കാർക്കായി 1,50,000 ഭക്രികൾ അവർ പാകം ചെയ്തു. അത്രയും ഭക്രി ഉണ്ടാക്കുന്നതിനു മൂന്നു ദിവസം വേണ്ടിവന്നു. ഇതാണ് സമര ഐക്യം. മറ്റൊന്നു കൂടി അശോക് എനിക്കു വിശദീകരിച്ചു തന്നു. ശിവസേനയെയും എം എൻ എസിനെയും പോലെയുള്ള വലതുപക്ഷ പാർട്ടികൾ ഉൾപ്പെടെ എല്ലാ രാഷ്ട്രീയ പാർട്ടികളുടെയും പിന്തുണ എ ഐ കെ എസ് സ്വീകരിച്ചിരുന്നു. കൃഷിക്കാരെ അഭിസംബോധന ചെയ്യാൻ അവയുടെ നേതാക്കന്മാരെയെല്ലാം അനുവദിക്കുകയുണ്ടായി. എന്നാൽ അതേ സമയം തന്നെ അവരിൽനിന്നും യാതൊരു വിധ ഭൗതിക സഹായവും സ്വീകരിക്കുകയുണ്ടായില്ല. എല്ലാ പാർട്ടികളും ഭക്ഷണം സംഭാവനയായി നല്കാൻ തയ്യാറായിവന്നുവെന്ന് അദ്ദേഹം പറഞ്ഞു. വേണ്ട എന്ന് ഞങ്ങൾ പറഞ്ഞു. അവർ നിർബ്ബന്ധം പിടിച്ചപ്പോൾ ഞങ്ങൾ പറഞ്ഞത്, ശരി, എങ്കിൽ നിങ്ങൾ ഞങ്ങൾക്ക് കുടിവെള്ളമെത്തിക്കൂ എന്നാണ്. അതിനപ്പുറം ഒന്നുമില്ല.

തന്റെ പ്രസംഗത്തിൽ, ഭക്ഷണത്തെ സംബന്ധിച്ച വിശദാംശങ്ങൾ അവതരിപ്പിക്കാൻ ഗാവിത് ആശ്ചര്യകരമാംവിധം ഏറെ സമയം ചെലവഴിച്ചു. അദ്ദേഹത്തെ ശ്രദ്ധിച്ചിരിക്കുന്നതും അദ്ദേഹത്തെ സദസ്യർ സാകൂതം ശ്രവിക്കുന്നതും മാർച്ചിനെക്കുറിച്ചുള്ള ഓർമ്മ പുതുക്കുന്നത്

വീക്ഷിക്കുന്നതും എന്നെ സംബന്ധിച്ചിടത്തോളം അനല്പമായ ഒരനുഭവമായിരുന്നു. ഞാൻ ഒരിക്കലും ദാരിദ്ര്യം അനുഭവിച്ചിട്ടില്ല. ഭക്ഷണം ഇല്ലാത്തതുകാരണം എനിക്കൊരിക്കലും പട്ടിണികിടക്കേണ്ടി വന്നിട്ടില്ല. ഗാവിത് ഒരു ദരിദ്ര കർഷക കുടുംബത്തിൽ നിന്നുള്ളയാളാണ്. അദ്ദേഹം ഒരു ഗോത്രവർഗ്ഗക്കാരനാണ്. ഏഴു തവണ എം എൽ എ ആയി തിരഞ്ഞെടുക്കപ്പെട്ടശേഷം പോലും അദ്ദേഹം ലളിത ജീവിതം നയിക്കുന്ന ഒരാളായാണ് അറിയപ്പെടുന്നത്. അദ്ദേഹം മണ്ണിന്റെ മകനാണ്. അദ്ദേഹം ജനങ്ങളുടെ പുത്രനാണ്. വിശന്നിരിക്കുക, പട്ടിണിയാവുക, എന്നു പറഞ്ഞാൽ എന്താണെന്ന് അദ്ദേഹത്തിനു നന്നായറിയാം. മാർച്ച് ചെയ്ത അവസരത്തിൽ തങ്ങൾക്കു ലഭിച്ച ഓരോ നേരത്തെ ഭക്ഷണത്തെയും സംബന്ധിച്ച് തന്റെ സദസ്യരുമായി അദ്ദേഹം ആസ്വദിച്ച് അഭിപ്രായം പങ്കിട്ടു.

ജിവ പാണ്ഡു ഗാവിത് മഹാരാഷ്ട്ര നിയമനിർമ്മാണ സഭയിലേക്കുള്ള തിരഞ്ഞെടുപ്പിൽ ആദ്യം മത്സരിച്ചത് 1978 ൽ സി പിഐ എം സ്ഥാനാർത്ഥിയായി സുർഗണ (നാസിക് ജില്ലയിലെ പട്ടിക വർഗ്ഗ സംവരണ മണ്ഡലം) യിൽ നിന്നാണ്. അന്ന് അദ്ദേഹത്തിന് 7,527 വോട്ടു ലഭിച്ചു. കെട്ടിവെച്ചകാശ് നഷ്ടമായി.

എന്നാൽ മറ്റെല്ലാ സ്ഥാനാർത്ഥികൾക്കും കെട്ടിവച്ച കാശ് നഷ്ടമായിരുന്നു. അതുകൊണ്ട് 595 വോട്ടിന്റെ ഭൂരിപക്ഷത്തിൽ ഗാവിത് വിജയിച്ചു. കേവലാടിസ്ഥാനത്തിൽ നോക്കിയാൽ തീരെ ചെറിയ ഭൂരിപക്ഷം. എന്നാൽ സന്ദർഭാനുസരണമാകുമ്പോൾ ആശ്വാസകരവുമാണ്.

ഈ വിജയത്തിനു പിന്നിലെ ബുദ്ധിശാലി ഏറെ ആദരിക്കപ്പെടുന്ന കിസാൻ സഭാ നേതാവായ നാനാമാലുസരേ ആയിരുന്നു. നാമനിർദ്ദേശ പത്രിക സമർപ്പിക്കാൻ അദ്ദേഹം ഒട്ടേറെപ്പേരെ പ്രേരിപ്പിച്ചു. ഗാവിത്തിന്റെ ഭാര്യാപിതാവായിരുന്നു അവരിലൊരാൾ. വോട്ട് ഭിന്നിപ്പിക്കപ്പെട്ടു; ഗാവിത് കഷ്ടിച്ച് കടന്നു കൂടി. അദ്ദേഹം അന്ന് നന്നേ ചെറുപ്പമായിരുന്നു, കഷ്ടിച്ച് 25 വയസ്സിനകം. അദ്ദേഹത്തിന്റെ കുടുംബത്തിൽ മുമ്പ് മറ്റാരും രാഷ്ട്രീയത്തിൽ ഉണ്ടായിരുന്നില്ല. അദ്ദേഹം വിദ്യാഭ്യാസം നേടി. ബിരുദമെടുത്തു; തൊഴിലുറപ്പ് സ്കീമിൽ മസ്റ്റർ അസിസ്റ്റന്റായി ജോലി നേടി. ആനുകൂല്യങ്ങൾ ഓരോന്നും അർഹരായവർക്ക് ലഭിക്കുന്നില്ല എന്ന് അദ്ദേഹം നേരിട്ടുള്ള അനുഭവത്തിലൂടെ മനസ്സിലാക്കി. തൊഴിലുറപ്പ് സ്കീമിന്റെ ശരിയായ നടത്തിപ്പിനുവേണ്ടി 1970 കളുടെ തുടക്കത്തിൽ മഹാരാഷ്ട്രയിൽ രൂക്ഷമായ വരൾച്ചയുണ്ടായ ഘട്ടത്തിൽ കിസാൻ സഭയുടെ പ്രശസ്ത നേതാവ് ഗോദാവരി, പരുലേക്കർ നാനാ മാലുസരേക്കൊപ്പം പ്രക്ഷോഭത്തിനു നേതൃത്വം നല്കിയപ്പോൾ ഗാവിത്തും അവരോടൊപ്പം ചേർന്നു.

അതിനെത്തുടർന്ന് ഗാവിത് വളരെയേറെ മുന്നോട്ടുവന്നു. ഇന്ന്, അദ്ദേഹം മഹാരാഷ്ട്രയിലെ പ്രമുഖ കിസാൻ നേതാവാണ്. മറാം കുലാക്കുകളുടെയും ഗ്രാമീണ പ്രമാണിമാരുടെയും ആധിപത്യം പുലരുന്ന

മുകളിൽ: കിസാൻ വിജയ് മാർച്ചിനിടെ ഗാവിത്,
അശോക് ധാവ്ളെ, ജയന്ത് പട്ടീൽ മുതൽപേർ ഒരു വേദിയിൽ
താഴെ: പ്രേക്ഷകരിൽ ഒരു ഭാഗം

ഒരു ഭൂപ്രദേശത്ത് ഒരു ഗോത്രവർഗ്ഗക്കാരനെ സംബന്ധിച്ചിടത്തോളം ഈ സ്ഥാനത്ത് എത്തിച്ചേരുക എന്നത് ശ്രദ്ധേയമായ ഒരു കാര്യമാണ്.

ഏപ്രിൽ 2 ന് കൽവാനിൽ മാർച്ചിന്റെ തുടക്കത്തിൽ അല്പം അലങ്കോലമായ അവസ്ഥയിലായിരുന്നു. ആളുകൾ മുദ്രാവാക്യം മുഴക്കിയും സംഗീതോപകരണങ്ങൾ ഉപയോഗിച്ചും നൃത്തം ചെയ്തും തിരക്കുകൂട്ടിയും മാർച്ച് തുടങ്ങാനുള്ള ആകാംക്ഷ പ്രകടമാക്കിയും ആകെക്കൂടി ശബ്ദായമാനമായിരുന്നു. മാർച്ചിന്റെ പ്രധാന ബാനർ പൂർണ്ണമായും കാഴ്ചയിൽ നിന്നു മറഞ്ഞിരുന്നു. സൗണ്ട് സിസ്റ്റം ഉണ്ടായിരുന്ന ടെംപോയിൽ നിന്ന് സമാധാനവും അച്ചടക്കവും പാലിക്കാൻ പലവട്ടം അനൗൺസ്മെന്റുണ്ടായിട്ടും ഒരു ഫലവുമുണ്ടായില്ല. ആരും ശ്രദ്ധിക്കുന്നുണ്ടായിരുന്നില്ല. ഗാവിത് മൈക്ക് എടുക്കുന്നതുവരെ ഇതായിരുന്നു സ്ഥിതി. ഒരു നിമിഷത്തിനകം, ചുട്ടുപഴുത്തു കിടന്ന ആ ടാറിട്ട റോഡിൽ ആയിരക്കണക്കിനു കൃഷിക്കാരെ ഇരുത്താൻ അദ്ദേഹത്തിനു കഴിഞ്ഞു. അവരുടെ അച്ചടക്കത്തെ മുംബൈ നഗരം ഒന്നാകെ പുകഴ്ത്തിയ കാര്യം അദ്ദേഹം അവരെ ഓർമ്മിപ്പിച്ചു; രാജ്യമാസകലമുള്ള കർഷകരെ സംബന്ധിച്ചിടത്തോളം അവർ മാതൃകയായാണ് കാണപ്പെട്ടത് എന്നും അദ്ദേഹം ഓർമ്മിപ്പിച്ചു. "ഇപ്പോൾ നിങ്ങളുടെ സ്വന്തം അടുക്കളമുറ്റത്ത് ഇതുപോലെയാണോ നിങ്ങൾ പെരുമാറുന്നത്?" ഉടൻതന്നെ മാർച്ച് ആരംഭിച്ചു. തികച്ചുംചിട്ടയായി; നേതാക്കളും ബാനറും മുന്നിൽ തന്നെ.

ഗാവിത് കിസാൻ സഭയുടെ ജനകീയ നേതാവും ഏറ്റവുമധികം അംഗീകരിക്കപ്പെടുന്ന ആളുമാണെങ്കിൽ, കിസാൻ ഗുജാർ സാരവത്തായ സംഘാടകനാണ്. എന്നെപ്പോലെയുള്ള ഒരു ഡൽഹി നിവാസിക്ക്, അദ്ദേഹത്തിന്റെ പേര് ഏറെ പരിചിതമാണ്. ഞാൻ കരുതിയത് കിസാൻ എന്നുച്ചരിക്കുന്നത് കർഷകൻ, കൃഷിക്കാരൻ എന്നതിനുള്ള ഹിന്ദിവാക്ക് ഉച്ചരിക്കും പോലെയാണെന്നാണ്. ഗുജാറിലെ 'ജെ' ജാറിലേതുപോലെയാണെന്നാണ്. എന്നാൽ എന്റെ ധാരണ തെറ്റായിരുന്നു. കൃഷാനിൽ നിന്നാണ് കിസാൻ, ഗുജാർ ഉച്ചരിക്കേണ്ടത് 'Z' ചേർത്താണ്. പരുക്കൻ സ്വഭാവവും കാഴ്ചയിൽ പരുക്കൻ മട്ടുകാരനുമായ അദ്ദേഹം 1970 കളിൽ തന്റെ ചെറുപ്പകാലത്ത് നാസിക്കിലെ ഒരു ഫാക്ടറിയിൽ പണിയെടുത്തിരുന്നു. അവിടെവച്ച് അദ്ദേഹം പരുലേക്കറുമായും മാലുസരേയുമായും ബന്ധം സ്ഥാപിച്ചു. അദ്ദേഹം ഇടതുപക്ഷ പ്രസ്ഥാനവുമായി അടുത്തു; സി ഐ ടി യുവിൽ ചേർന്നു. 1980 കളുടെ ഒടുവിൽ അദ്ദേഹം കിസാൻ സഭയിൽ ചേർന്നു. ആ സമയത്ത് കിസാൻ സഭ താനെ - പാൽഘർ പ്രദേശത്തിനുപുറത്ത് പണിമുടക്കിനു തയ്യാറെടുക്കുകയായിരുന്നു; 1940 കളിലെ ഐതിഹാസികമായ വർജി കലാപം കണ്ട പ്രദേശമാണത്. 1990 കളുടെ മദ്ധ്യത്തിൽ മാലുസരേയോട് ഗുജാറിനെ ജില്ല കിസാൻ സഭയുടെ നേതൃത്വത്തിലേക്ക് കൊണ്ടുവരണമെന്ന് അശോക് ധാവ്ളെ നിർദ്ദേശിച്ചു. അദ്ദേഹത്തിനു സുപ്രധാനമായ സംഘടനാ ചുമതലകൾ നല്കപ്പെട്ടു. ചുരുക്കം ചില വർഷങ്ങൾക്കുള്ളിൽ നാസിക് ജില്ലയിൽ

കിസാൻ സഭയുടെ സംഘടനാ ശക്തി വ്യക്തമായി. ആ നേട്ടത്തിന്റെ പ്രധാന പങ്ക് വഹിച്ചത് ഗുജാർ തന്നെയാണ്; അദ്ദേഹം ജില്ല മുഴുവൻ അക്ഷീണം യാത്രചെയ്തു. ഗ്രാമങ്ങളിൽ നിന്ന് ഗ്രാമങ്ങളിലേക്ക് സംഘടനയുടെ യൂണിറ്റുകൾ സംഘടിപ്പിച്ചുകൊണ്ടായിരുന്നു യാത്ര.

ഡോ. അജിത് നവാലെ ചെറുപ്പക്കാരനാണ്; 40 കൾ കഴിഞ്ഞതേയുള്ളൂ അദ്ദേഹത്തിന്. കിസാൻ സഭയുടെ ഊർജ്ജസ്വലമായ മുഖമാണദ്ദേഹം. 2017 ലെ സംസ്ഥാന വ്യാപകമായ കർഷക സമരത്തിന്റെ പ്രധാന നേതാവെന്ന നിലയിൽ ഉയർന്നുവന്നപ്പോഴാണ് അദ്ദേഹം ശ്രദ്ധേയനായത്. കിസാൻ സഭ സുപ്രധാന ഘടകമായി നിന്ന് മറ്റുനിരവധി കിസാൻ സംഘടനകളെക്കൂടി അണിനിരത്തിയാണ് ഈ പ്രക്ഷോഭം നടത്തിയത്. നിർണ്ണായകമായ ഒരു ഘട്ടത്തിൽ മുഖ്യമന്ത്രിയുമായി രാത്രി വൈകി നടത്തിയ ഒരു ചർച്ചയിൽ നിന്നിറങ്ങിപ്പോന്ന് അദ്ദേഹം പ്രസ്ഥാനത്തെ രക്ഷിച്ചു; അങ്ങനെ കരാർ ഒപ്പിടാൻ തയ്യാറായ സംയുക്ത നേതൃത്വത്തിലെ ഒരു വിഭാഗത്തെ തുറന്നു കാണിക്കാനായി. ആ കരാർ നടപ്പാക്കപ്പെട്ടില്ല; കൃഷിക്കാരുടെ പണിമുടക്ക് കൂടുതൽ രൂക്ഷമായി; അതിനു പിന്തുണയായി പ്രഖ്യാപിക്കപ്പെട്ട മഹാരാഷ്ട്രബന്ദ് വൻ വിജയമായി; വീണ്ടും കൂടിയാലോചന നടത്താൻ സർക്കാർ നിർബ്ബന്ധിതമായി. തുടർന്നുണ്ടായ കരാർ, അതും കുറ്റമറ്റതായിരുന്നില്ലെങ്കിൽ പോലും, അതിന്റെ അന്തസ്സത്തയിൽ കർഷകാനുകൂലമായതായിരുന്നു. ആ കരാർ സർക്കാർ നടപ്പാക്കാതിരുന്നതും അതിനെ അട്ടിമറിച്ചതുമാണ് ക്രമേണ കിസാൻ ലോങ് മാർച്ചിനിടയാക്കിയത്.

കിസാൻ സഭയിലേക്ക് നവാലെ വന്നതിനു പിന്നിൽ ഒരു കഥയുണ്ട്. ഒരു ഇന്റർനെറ്റ് ന്യൂസ് സ്റ്റോറി അവകാശപ്പെടുന്നത് അദ്ദേഹവും അശോക് ധാവ്‌ളെയും ഒരു ട്രെയിനിൽ സഹയാത്രികരായി എന്നും അവർ സംഭാഷണത്തിൽ ഏർപ്പെട്ടുവെന്നുമാണ്. അവർ പരസ്പരം പേരും സ്വദേശവും പറഞ്ഞ് പരിചയപ്പെട്ടപ്പോൾ അജിത് നാവാലേയോട് അശോക് ചോദിച്ചത്രേ മഹാരാഷ്ട്ര സംസ്ഥാന കിസാൻ സഭയുടെ സ്ഥാപക പ്രസിഡന്റായിരുന്ന ബുവാ നവാലെയുമായി എന്തെങ്കിലും ബന്ധമുണ്ടോയെന്ന്. അന്ന് ആയുർവേദ മെഡിക്കൽ കോളേജ് വിദ്യാർത്ഥിയായിരുന്ന യുവാവായ അജിത് പഴയ നവാലെയുടെ ശേഷകാരിയുടെ മകനായിരുന്നു; അജിത്തിനു അദ്ദേഹത്തെക്കുറിച്ച് അധികമൊന്നും അറിയുമായിരുന്നില്ല. സീനിയർ നവാലെയുടെ സംഭാവനകളെക്കുറിച്ച് അശോക് അദ്ദേഹത്തെ ഓർമ്മിപ്പിച്ചപ്പോൾ അജിത്തിനു കിസാൻ സഭയിൽ താല്പര്യം ജനിച്ചു; തുടർന്ന് അദ്ദേഹം അതിൽ ചേർന്നു.

ഇത് മനോഹരമായ ഒരു കഥയാണ്; പൂർണ്ണമായും ശരിയല്ല എന്നേയുള്ളൂ. “അത് വല്ലാതെ നാടകീയമായിപ്പോയി എന്നാണ് ഞാൻ കരുതുന്നത്”, അത് സംബന്ധിച്ച് ഞാൻ ചോദിച്ചപ്പോൾ അശോക് പറഞ്ഞു. “തന്റെ അമ്മയുടെ അമ്മാവനെക്കുറിച്ച് അജിത്തിന് അധികമൊന്നും അറിയാമായിരുന്നില്ല എന്നകാര്യം ശരി തന്നെയാണ്; അക്കാര്യം ഞാൻ

നാലു മണിക്കൂർ നീണ്ട പൊതുയോഗം കർഷകർ
ശ്രദ്ധാപൂർവ്വം പങ്കെടുക്കുന്നു

അയാളോട് പറഞ്ഞുവെന്നതും ശരിയാണ്. പക്ഷേ, അത് സംഭവിച്ചത് പൂന പാർടി ഓഫീസിൽ വച്ചായിരുന്നു; ട്രെയിനിൽ വെച്ചായിരുന്നില്ല. അങ്ങനെ സംഭവിച്ചതാകട്ടെ, സംസ്ഥാനത്തെ സി പി ഐ (എം) സെക്രട്ടറി എന്ന നിലയിൽ പൂനയിലെ ചില എസ് എഫ് ഐ സഖാക്കളെ കാണാനായി ഞാനവിടെ പോയപ്പോഴുമായിരുന്നു. അപ്പോൾ ഇത് സംഭവിക്കുമ്പോൾ അജിത് അതിനകംതന്നെ എസ് എഫ് ഐ പ്രസ്ഥാനത്തിലുണ്ടായിരുന്നു.

തന്റെ ഭാഗം കുറച്ചുപറയുകയെന്നത് അശോക് ധാവ്ളെയുടെ സവിശേഷതയാണ്. വ്യക്തിഗത സംഭാഷണങ്ങളിൽ അദ്ദേഹം മൃദുഭാഷിയാണ്; സൗമ്യസ്വഭാവക്കാരനുമാണ്. ഇപ്പോൾ രണ്ടു പതിറ്റാണ്ടുകാലമായി എനിക്ക് അദ്ദേഹത്തെ അറിയാം. തന്റെ സഖാക്കളോട് അദ്ദേഹം എപ്പോഴും അനുകമ്പയോടെയാണ് പെരുമാറുന്നത്; അവരുടെ ക്ഷേമത്തിൽ അദ്ദേഹം സദാ ജാഗ്രത പുലർത്തിയിരുന്നു; അവരുടെ സംഭാവനകളെ അദ്ദേഹം വലിയതോതിൽ വിലമതിച്ചിരുന്നു. ഈ ദയാവായ്പും സൗമ്യഭാവവും അദ്ദേഹത്തിന്റെ തത്വങ്ങളോടുള്ള പ്രതിബദ്ധതയും നിശ്ചയദാർഢ്യവുമൊന്നും സ്വയം പ്രകടിപ്പിക്കാറില്ല. 2012 ൽ ബാൽ താക്കറെ മരിച്ചപ്പോൾ മഹാരാഷ്ട്ര ഒന്നാകെ കൂട്ട ദുഃഖപ്രകടനമാണ് നടത്തിയത്; ആധുനികകാലത്ത് സംസ്ഥാനം സൃഷ്ടിച്ച മഹാനായ പുത്രൻ എന്ന നിലയിൽ ആ കരുത്തനെ പുകഴ്ത്തുന്നതിനു മത്സരമായിരുന്നു. സി പി ഐ പോലും ഞെട്ടിപ്പിക്കും വിധം മൃദുവായ ഒരു പ്രസ്താവനയാണ് പ്രസിദ്ധീകരിച്ചത്. ഒരൊറ്റയാൾപോലും - ഒരു കമന്റേറ്റർ പോലും ഒരു മാധ്യമസ്ഥാപനവും ഒരു രാഷ്ട്രീയ പാർട്ടിയും ഒരു വ്യക്തിയും - താക്കറെ അഴുക്കുചാൽ രാഷ്ട്രീയത്തെയാണ് പ്രതിനിധാനം ചെയ്തത് എന്നു പറയാൻ തയ്യാറായില്ല; അക്രമത്തിന്റെയും പരദേശി വിദ്വേഷത്തിന്റെയും കലഹപ്രസംഗങ്ങളുടെ ക്രൂരമായ പകൽക്കൊള്ളയുടെയും പിൻബലത്തിലാണ് അയാൾ പ്രമാണിയായതെന്നു പറയാനും ആരും തയ്യാറായില്ല. അശോക് ധാവ്ളെ അതിൽനിന്നു വേറിട്ടു നിന്നു. സി പി ഐ (എം) ന്റെ പ്രസ്താവന അദ്ദേഹമാണ് എഴുതിയത്. ആദരാഞ്ജലി അർപ്പിക്കുന്നതിന് ഔപചാരികതയുടെ പേരിൽ തലകുനിക്കാൻ പോലും അദ്ദേഹം തയ്യാറല്ല. നേരേ മറിച്ച്, 1970 ൽ കൃഷ്ണാ ദേശായിയുടെ കൊലപാതകത്തിന്റെ ഉത്തരവാദി താക്കറെയുടെ ശിവസേനയാണെന്ന് അത് വായനക്കാരെ ഓർമ്മിപ്പിച്ചു. ബഹുമാന്യനായ ഒരു ട്രേഡ് യൂണിയൻ നേതാവായ ദേശായി തൊഴിലാളിവർഗ്ഗ നിയോജകമണ്ഡലമായ പരേലിൽനിന്നുള്ള അപ്പോഴത്തെ എം എൽ എയുമായിരുന്നു.

“താങ്കൾ എങ്ങനെയാണ് ഇടതുപക്ഷ പ്രസ്ഥാനത്തിലേക്ക് വന്നത്?” കൽവാനിൽനിന്നുള്ള മടക്കയാത്രയ്ക്കിടയിൽ ഞാൻ അദ്ദേഹത്തോട് ചോദിച്ചു. “എസ്എഫ്ഐയിലൂടെയല്ലേ?”

“അല്ല,” അദ്ദേഹം പറഞ്ഞു. “ഞാൻ ആദ്യം സി പി ഐ (എം)

ലാണ് വന്നത്. പിന്നീടാണ് എസ് എഫ് ഐയിലെത്തിയത്"

സംഭവിച്ചത് ഇങ്ങനെയാണ്. മുംബൈ സെൻട്രൽ റെയിൽവേ സ്റ്റേഷനടുത്ത് സ്ഥിതിചെയ്യുന്ന നായർ ഹോസ്പിറ്റലുമായി ബന്ധപ്പെട്ട് പ്രവർത്തിച്ചിരുന്ന ഒരു യുവ മെഡിക്കൽ സ്റ്റുഡന്റ് എന്ന നിലയിൽ 1970 കളുടെ മദ്ധ്യത്തിൽ, ക്ഷയരോഗബാധിതരായ കൊച്ചുകുട്ടികൾ പതിവായി അവിടെ എത്തുന്നതായി അശോക് കണ്ടു. കുട്ടികൾക്ക് ചികിത്സ നല്കുകയും അസുഖം ഭേദമാകുകയും ചെയ്യാറുണ്ട്; പക്ഷേ, മിക്കപ്പോഴും ഇതേ കുട്ടികൾതന്നെ ഏതാനും മാസങ്ങൾക്കുശേഷം വീണ്ടും രോഗം വഷളായ അവസ്ഥയിൽ തിരികെ എത്തിയിരുന്നു. എന്താണു പ്രശ്നം എന്നറിയാൻ ആ യുവ ഡോക്ടർ നിശ്ചയിച്ചു. അദ്ദേഹം മിക്ക കുട്ടികളുടെയും വീടുകൾ സന്ദർശിച്ചു; മിക്കവാറും കുട്ടികളുടെ രക്ഷിതാക്കൾ മുംബൈയിൽ തൊഴിൽതേടി അലയുന്ന പ്രവാസികളായിരുന്നു. കാറ്റും വെളിച്ചവുമില്ലാത്ത, അഴുക്കുനിറഞ്ഞ, അടുപ്പിച്ചടുപ്പിച്ചുള്ള കൊച്ചുകൂരകളിലായിരുന്നു അവർ താമസിച്ചിരുന്നത്. "ഈ കുട്ടികളുടെ ക്ഷയരോഗത്തിന്റെ മൂലകാരണത്തെ ചികിത്സിച്ചുമാറ്റാൻ ഒരു മരുന്നിനും കഴിയില്ല എന്നെനിക്ക് ബോദ്ധ്യപ്പെട്ടു. അതിനു മൗലികമായ സാമൂഹ്യമാറ്റം ആവശ്യമാണ്."

അശോക് വായിക്കാനാരംഭിച്ചു; അങ്ങനെ മാർക്സിസത്തിലാകൃഷ്ടനായി. നായർ ഹോസ്പിറ്റലിലെ പഴയ ഡോക്ടറായ ഡോ. ആർ സി പൊദ്ദാർ ആയിരുന്നു അദ്ദേഹത്തിന്റെ മാർഗ്ഗദർശി. മഹാരാഷ്ട്രയിലെ കമ്യൂണിസ്റ്റുപ്രസ്ഥാനത്തിന്റെ ആദ്യ പഥികരിൽപെട്ട അഹല്യരംഗനേക്കറുടെയും പി ബി രംഗനേക്കറുടെയും അയൽവാസി ആയിരുന്നു ഡോ. ആർ സി പൊദ്ദാർ. അവരുമായും ഒരിക്കൽ ബി ടി രണദിവെയുമായും ചർച്ച നടത്തിയശേഷം അശോക് സി പി ഐ (എം) ൽ ചേർന്നു. വൈദ്യപഠനം പൂർത്തിയാക്കിയശേഷം സമാന്തരമായി പൊളിറ്റിക്കൽ സയൻസിൽ എം എ ബിരുദമെടുക്കാനും തീരുമാനിച്ചു. അതാണ് എസ് എഫ് ഐയിൽ പ്രവർത്തിക്കാൻ പാർട്ടി അദ്ദേഹത്തോട് ആവശ്യപ്പെടാൻ ഇടയാക്കിയത്. 1970 കളുടെ അവസാനമായിരുന്നു ഇത്. സംഘടനയിൽ ചേർന്ന് രണ്ടുവർഷത്തിനുള്ളിൽ അശോക് എസ് എഫ് ഐയുടെ സംസ്ഥാന സെക്രട്ടറിയായി തിരഞ്ഞെടുക്കപ്പെട്ടു. ആ കാലത്ത് മഹാരാഷ്ട്രയിലെ എസ് എഫ് ഐ വളരെ ചെറിയൊരു സംഘടന ആയിരുന്നതുമൂലമാണ് അത് എന്ന് തിരക്കിട്ട് അദ്ദേഹം കൂട്ടിച്ചേർക്കുകയും ചെയ്തു. എങ്ങനെയാണ് അത് സംഭവിച്ചതെന്ന് അദ്ദേഹം അനുസ്മരിക്കുന്നത് എന്ന് ശ്രദ്ധിക്കുന്നവർ സങ്കല്പിക്കാനാകുന്നത് ശരിയായ സ്ഥലത്ത്, ശരിയായ സമയത്ത് സംഭവിച്ച ഒരു സംഗതിയാണതെന്നാണ്; ഭാഗ്യം കൊണ്ടുണ്ടായത് എന്നും.

കിസാൻ സഭയുടെ അഖിലേന്ത്യാ പ്രസിഡന്റായിരുന്ന ഗോദാവരി പരുലേക്കർ ഗൗരവക്കാരനും പുരോഗമനവാദിയുമായ ആ യുവ ഡോക്ടറെ പ്രത്യേകം ശ്രദ്ധിച്ചു. എസ് എഫ് ഐ കഴിഞ്ഞാൽ അയാളെ

കിസാൻ സഭയിൽ കൊണ്ടു വരണമെന്ന് അവരുറപ്പിച്ചു. അദ്ദേഹത്തിനും അത് സമ്മതമായിരുന്നു. എന്നാൽ പാർട്ടി തീരുമാനിച്ചത് ഡി വൈ എഫ് ഐയെ ശക്തിപ്പെടുത്താൻ അശോകിനെ ചുമതലപ്പെടുത്തണമെന്നാണ്. അങ്ങനെ അശോക് ഡിവൈഎഫ്ഐയുടെ പ്രധാന സ്ഥാനത്തിരുന്ന് ആറുവർഷം ആ സംഘടന കെട്ടിപ്പടുത്തു. ഒടുവിൽ 1990 കളുടെ തുടക്കത്തിൽ അദ്ദേഹം കിസാൻ സഭയിൽ ചേർന്നു. തുടർന്ന് മൂന്നുതവണ അദ്ദേഹം സി പി ഐ (എം) മഹാരാഷ്ട്ര സംസ്ഥാന സെക്രട്ടറിയായും പ്രവർത്തിച്ചു.

മഹാരാഷ്ട്ര സംസ്ഥാന കിസാൻ സഭയെ ഇന്ന് നയിക്കുന്നത് ഈ നാലംഗ സംഘമാണ് - ജിവാ പാണ്ഡു ഗാവിത്, വലിയ ബഹുജനാടിത്തറയുള്ള ജനകീയ നേതാവ്; കിസാൻ ഗുജാർ, നട്ടും ബോൾട്ടുംവരെ ശ്രദ്ധിക്കുന്ന സംഘാടകൻ; ഡോ. അജിത് നവാലെ, ചുറുചുറുക്കുള്ള യുവനേതാവ്, ഏത് കഠിനമായ ജോലിയും ഏറ്റെടുക്കാൻ ചങ്കൂറ്റമുള്ള നിർഭയൻ; ഡോ. അശോക് ധാവ്ളെ, അനുഭവസമ്പത്തുള്ള മുതിർന്ന തന്ത്രശാലി, അസംഖ്യം പോരാട്ടങ്ങളിലെ മുൻനിരക്കാരൻ. അവരോരോരുത്തരും തങ്ങളുടെ ബലം സംഘടനയ്ക്കായി വിനിയോഗിച്ചു; മറ്റുള്ളവരെ അഭിനന്ദിച്ചു. ഈ നാലു പേർക്കുചുറ്റും പല ജില്ലകളിൽ നിന്നുമുള്ള മറ്റനേകം നേതാക്കളുമുണ്ട്.

കർഷകജന സാമാന്യത്തിന്റെ പരമദരിദ്രരും അതീവ പാർശ്വവൽക്കൃതരുമായ വിഭാഗങ്ങൾക്കിടയിൽ ആഴത്തിൽ വേരുറപ്പിച്ചതും ക്രമേണ ഇവരിൽനിന്നുയർന്നു വന്ന നേതൃനിരയുള്ളതുമായ കിസാൻ സഭ ഇന്ന് മഹാരാഷ്ട്രയിലെ ഏറ്റവും ചലനാത്മകമായ ഇടതുപക്ഷ സംഘടനയാണ്.

*****

അർദ്ധരാത്രിയോടെ ഞങ്ങൾ താനെയിൽ മടങ്ങി എത്തിയപ്പോഴേക്കും ഞാൻ ഞങ്ങൾ കണ്ടതും മനസ്സിലാക്കിയതുമായ കാര്യങ്ങൾ മനസ്സിലിട്ട് പാകപ്പെടുത്തിയിരുന്നു. ഞാൻ എന്നോടുതന്നെ ചോദിച്ചത് ഡൽഹിയിലേക്ക് ഞാൻ കൊണ്ടുപോകാൻ പോകുന്ന ഏറ്റവുമധികം ഹൃദയാവർജ്ജകമായ ചിത്രം എന്താണെന്നതാണ്.

ഒരുപക്ഷേ, അതിതായിരിക്കാം.

സി പി ഐ (എം) വാരികയായ *ജീവൻ മാർഗ്ഗി*ന്റെ എക്സിക്യൂട്ടീവ് എഡിറ്റർ വിജയ് പാട്ടീൽ യോഗം നടന്നുകൊണ്ടിരിക്കവെ, സ്റ്റേജിന്റെ ഒരറ്റത്തുവന്നു സ്ഥാനം പിടിച്ചു. അദ്ദേഹത്തോടൊപ്പം മറ്റൊരു സഖാവും - ധർമ ഷിൻഡെ - ഉണ്ടായിരുന്നു. അവർ വാരിക എണ്ണി അടുക്കികെട്ടുകളാക്കുകയായിരുന്നു. തന്റെ പ്രസംഗത്തിനിടെ അശോക് ധാവ്ളെ കർഷകരോട് *ജീവൻ മാർഗ്ഗി*ന്റെ രണ്ടു പ്രത്യേക പതിപ്പ് വാങ്ങണമെന്നും അതിൽ കിസാൻ ലോങ് മാർച്ചിനെക്കുറിച്ചുള്ള കുറിപ്പുകളും ചിത്രങ്ങളും നിറയെ ഉണ്ടെന്നും പറഞ്ഞു. രണ്ടിന്റെയും കൂടി വില 15 രൂപ. പ്രഖ്യാപനം വന്ന ഉടൻതന്നെ, ആളുകൾ ഒന്നൊന്നായി സ്റ്റേജിലേക്ക് അണിമു

മുകളിൽ: ജീവൽ മാർഗിലെ വിജയ് പട്ടീലും ധർമ്മ ഷാൻഡെയും മാസികയുടെ പ്രതികൾ വിതരണം ചെയ്യുന്നു.
താഴെ: കർഷകർ ജീവൻ മാർഗ് വായിക്കുന്നു.

റിയാതെ നീങ്ങാനാരംഭിച്ചു. തങ്ങളുടെ ഗ്രൂപ്പിനു വേണ്ട കോപ്പികൾ വാങ്ങാനുമാരംഭിച്ചു. എന്നിട്ട് അവർ കോപ്പികൾ കൃഷിക്കാർക്ക് വിതരണം ചെയ്തു. ഓരോരുത്തരും അതിന്റെ വില നല്കി. ഞാൻ യോഗസ്ഥലത്ത് ചുറ്റിക്കറങ്ങുമ്പോൾ കണ്ടത് വാരിക വായിക്കുന്നതാണ്, ഫോട്ടോകൾ നോക്കുന്നതും അതിലെ മുഖങ്ങൾ ചൂണ്ടിക്കാണിച്ച് പുഞ്ചിരിക്കുന്നതുമാണ്. "അവരിൽ പലർക്കും വായിക്കാൻ കഴിയില്ല," പിന്നീട് കിസാൻ ഗുജാർ എന്നോട് പറഞ്ഞു. "എന്നാലും അവരെല്ലാം അത് വാങ്ങും; വീട്ടിൽ കൊണ്ടുപോകും; മക്കളെയോ മക്കളുടെ മക്കളെയോ കൊണ്ട് വായിപ്പിക്കും. ഏതെങ്കിലുമൊരു ലേഖനമല്ല. വാരികയുടെ ലക്കം ഒന്നാകെ; കവർ പേജ്മുതൽ അവസാന പുറം വരെ. ഒരു ഇരുപത് വർഷം കഴിഞ്ഞ് നിങ്ങൾ ഇവിടെ വരികയാണെങ്കിൽ പല വീടുകളിലും വാരികയുടെ ഈ പ്രത്യേക പതിപ്പ് കേടുകൂടാതെ സൂക്ഷിച്ചിരിക്കുന്നത് കാണാം. എന്തുകൊണ്ട്? കാരണം അവ ലോങ്മാർച്ചിനെപ്പറ്റിയുള്ളതാണെന്നതു തന്നെ. തങ്ങൾ ചരിത്രപ്രധാനമായ ഒരു കാര്യമാണ് ചെയ്തതെന്ന് കൃഷിക്കാർക്കറിയാം. അവർ അതിൽ അഭിമാനം കൊള്ളുകയും ചെയ്യുന്നു. "ആയിരം സെറ്റിലേറെ വാരിക അന്നവിടെ വിറ്റു; കോപ്പികൾ അത്രയേറെ കൊണ്ടു വന്നിട്ടുണ്ടായിരുന്നുള്ളൂ. സ്റ്റോക്കുണ്ടായിരുന്നുവെങ്കിൽ ഇനിയും വളരെയധികം വില്ക്കാനാകുമായിരുന്നു. റാലി അവസാനിച്ച ശേഷം ഞാൻ കണ്ടത് പലരം ഖേദിക്കുന്നതാണ്. അവർ പിന്നിലായിരുന്നതു കൊണ്ട്, സ്റ്റേജിനടുത്തെത്തി അത് വാങ്ങാൻ കഴിയാത്തതിലാണ് അവരുടെ ദു:ഖം.

പകൽ റാലി തുടങ്ങും മുൻപ് 5 രൂപ വീതം നല്കി കൃഷിക്കാർ ചുവന്ന തൊപ്പി വാങ്ങുന്നത് ഞാൻ കണ്ടു. നിശ്ചയമായും അതും അവർ വീട്ടിൽ കൊണ്ടുപോകും. റാലിയുടെ അവസാനം ചെങ്കൊടി തിരിച്ചു നല്കണമെന്ന് സ്റ്റേജിൽനിന്നും അനൗൺസ്മെന്റുണ്ടായി; അവ വീണ്ടും ഉപയോഗിക്കുന്നതിനു വേണ്ടിയാണത്. അപ്പോൾ തന്നെ ആളുകൾ ആ രക്ത പതാകകൾ ശേഖരിച്ച് മടക്കി നല്കുന്നതും കണ്ടു. ചെങ്കൊടി നഗരവാസികളുടെ നിലവാരമുള്ള (സ്റ്റാൻഡാർഡ്) മറാഠിയിൽ വിളിക്കപ്പെടുന്നത് 'ലാൽ ഝൺഡ' എന്നാണ്. പക്ഷേ, ഗ്രാമങ്ങളിൽ അത് കൂടുതൽ വികാരവായ്പോടെ 'ലാൽ ബാവ്ത' എന്നാണ് വിളിക്കപ്പെടുന്നത്. ജനകീയ മുദ്രാവാക്യങ്ങളിൽ ഒന്നിങ്ങനെയാണ്. "ലാൽ ബാവ്തെ കീ ജയ്" (രക്ത പതാക വിജയിക്കട്ടെ) കമ്യൂണിസ്റ്റ് പാർട്ടി (അത് ഏത് വിഭാഗത്തിൽ പെട്ടതാണെങ്കിലും) അറിയപ്പെടുന്നത് 'ലാൽ ബാവ്ത' പാർട്ടി എന്നാണ്. പരമ ദരിദ്രരായ കൃഷിക്കാരും ഗോത്ര വർഗ്ഗ ജനതയും ദളിതരും സ്ത്രീകളും പാർശ്വവൽകൃതരുമെല്ലാം തങ്ങളുടെ ആഭിമുഖ്യം പ്രകടമാക്കുന്നത് ഏതെങ്കിലും നേതാവിനോടല്ല, മറിച്ച് "ലാൽ ബാവ്തെ"യോടാണ്.

ചെങ്കൊടി വീശിക്കൊണ്ടിരുന്ന ഒരാൺകുട്ടിയെ കടന്നു പോകവെ അവൻ എന്താണ് ചെയ്യുന്നതെന്ന് ഞാൻ അവനോട് ചോദിച്ചു "ആളു

കൾ കൊടികൾ വീട്ടിൽ കൊണ്ടുപോകാതിരിക്കാൻ ഞാൻ അവ ശേഖരിക്കുകയാണ്.”

“എന്തിന്?”

“ഞങ്ങൾക്കവ ഭാവിയിലേക്കായി ഇനിയും ആവശ്യമുണ്ട്,” അവൻ പറഞ്ഞു. എന്നിട്ട് ഹിന്ദിയിൽ അവൻ തുടർന്നു,“അരെ ഔവർ ലഡായി ഹെ!”

ഞാൻ പുഞ്ചിരിച്ചു . അവനും പുഞ്ചിരിച്ചു; കാരണം ഞങ്ങൾ ഇരുവർക്കും അവനുദ്ധരിച്ച ജനപ്രിയ ഗാനം അറിയാമായിരുന്നു.

“അഭി തോ യേ അംഗഡായി ഹെ,
ആഗെ ഔവർ ലഡായി ഹെ!”
“ഇതു വെറുമൊരു തുടക്കം മാത്രം,
മുന്നിൽ ഇനിയും എണ്ണമറ്റ പോരാട്ടങ്ങൾ!”

വരാനിരിക്കുന്ന പ്രക്ഷോഭത്തിന് കൊടികൾ ശേഖരിക്കുന്നു

9 789387 842403

Printed by Libri Plureos GmbH in Hamburg,
Germany